Impressum
Verlag: BABADADA GmbH, Nedderfeld 112 , 22529 Hamburg
Geschäftsführer / Verlagsleitung: Harald Hof
Druck: Books on Demand GmbH, In de Tarpen 42, 22848 Norderstedt

Imprint
Publisher: BABADADA GmbH, Nedderfeld 112 , 22529 Hamburg, Germany
Managing Director / Publishing direction: Harald Hof
Print: Books on Demand GmbH, In de Tarpen 42, 22848 Norderstedt, Germany

школа
trường học

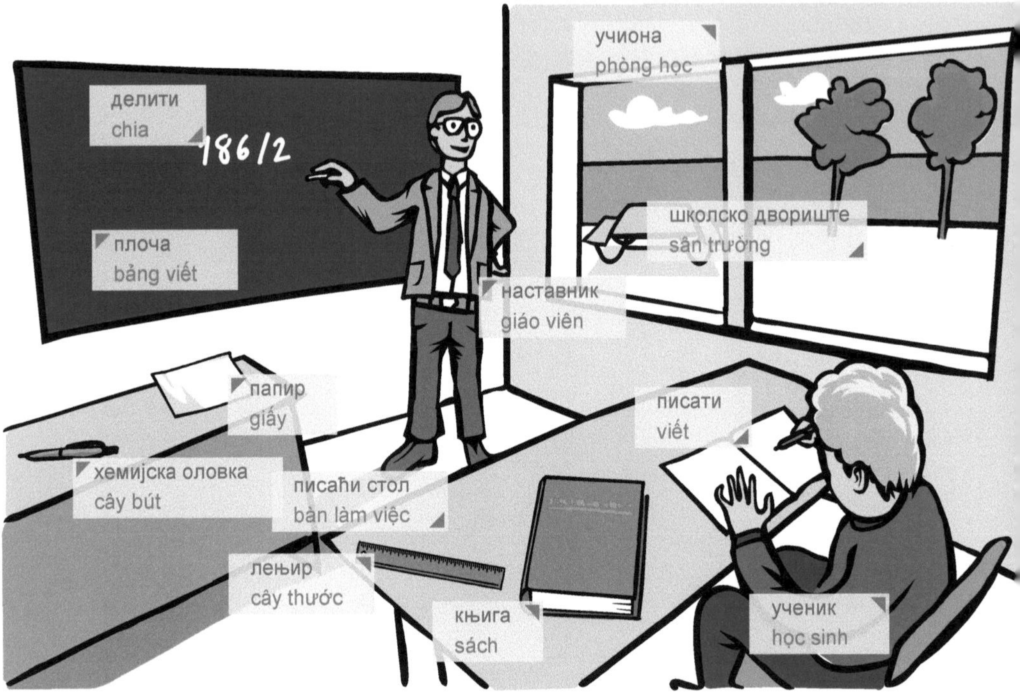

учиона
phòng học
делити
chia
186/2
плоча
bảng viết
школско двориште
sân trường
наставник
giáo viên
папир
giấy
писати
viết
хемијска оловка
cây bút
писаћи сто
bàn làm việc
лењир
cây thước
књига
sách
ученик
học sinh

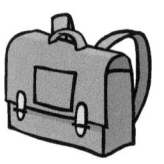

торба

cặp đeo vai học sinh

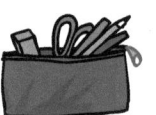

перница

hộp đựng bút

графитна оловка

bút chì

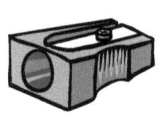

шиљило за оловке

cái gọt bút chì

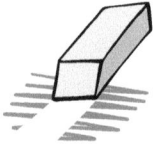

гумица за брисање

cục tẩy

блок за цртање

tập giấy vẽ

цртеж

bản vẽ

кист

cọ vẽ

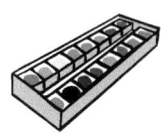

кутија са бојама

hộp mực vẽ

маказе

cây kéo

лепило

keo dán

бележница

sách bài tập

домаћи задатак

bài tập ở nhà

број

số

сабирати

cộng

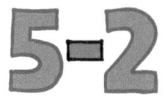

одузимати

trừ

множити

nhân

рачунати

tính toán

слово

chữ cái

абецеда

bảng chữ cái

реч

từ

текст

văn bản

читати

đọc

креда

phấn viết

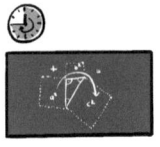

час

bài học

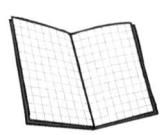

дневник

sổ lớp

испит

thi kiểm tra

сведочанство

chứng chỉ

школска униформа

đồng phục học sinh

образовање

giáo dục

лексикон

từ điển bách khoa

универзитет

đại học

микроскоп

kính hiển vi

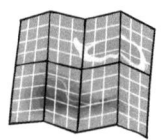

карта

bản đồ

кошара за папир

thùng rác giấy

путовање
du lịch

хотел
khách sạn
Grand
преноћиште
nhà trọ
ROOMS
мењачница
quầy đổi tiền
кофер
va li
ауто
xe ô tô

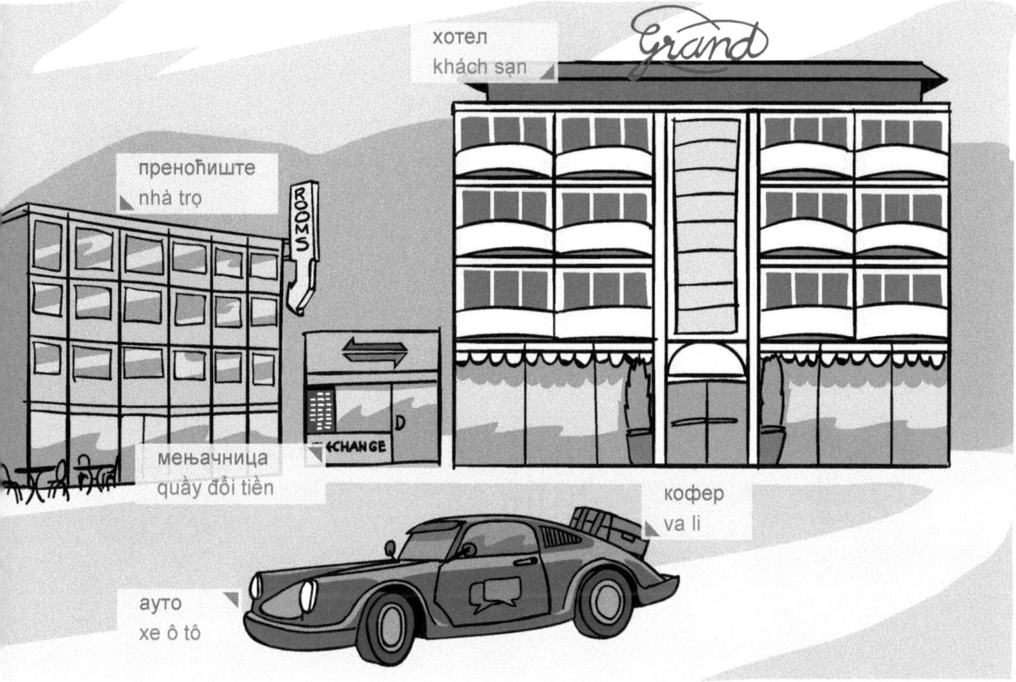

језик
ngôn ngữ

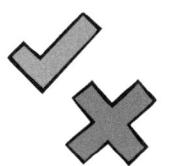

да / не
có / không

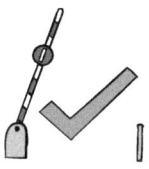

океј
ô kê

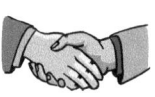

здраво
Xin chào

преводилац
thông dịch viên

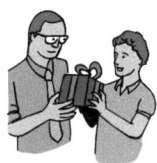

хвала
cám ơn

Колико кошта...?

... bao nhiêu tiều?

не разумем

tôi không hiểu

проблем

vấn đề

добро вече!

Xin chào! (buổi tối)

Добро јутро!

xin chào! (buổi sáng)

Лаку ноћ!

chúc ngủ ngon!

довиђења

tạm biệt

смер

hướng đi

пртљага

hành lý

торба

túi xách

руксак

túi ba lô

гост

khách

соба

phòng

врећа за спавање

túi ngủ

шатор

lều

туристичке информације

thông tin du lịch

плажа

bãi biển

кредитна картица

thẻ tín dụng

доручак

ăn sáng

ручак

ăn trưa

вечера

ăn tối

карта за вожњу

vé xe

лифт

thang máy

поштанска маркица

tem bưu điện

граница

biên giới

царина

hải quan

амбасада

đại sứ quán

виза

thị thực

пасош

hộ chiếu

транспорт
vận chuyển

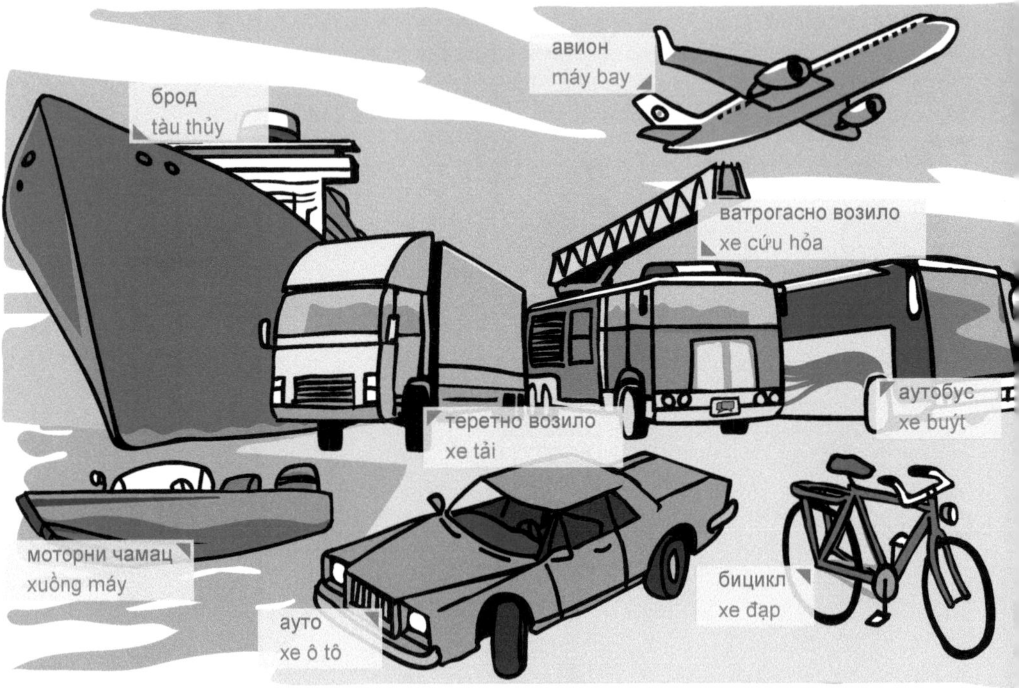
авион
máy bay
брод
tàu thủy
ватрогасно возило
xe cứu hỏa
аутобус
xe buýt
теретно возило
xe tải
моторни чамац
xuồng máy
бицикл
xe đạp
ауто
xe ô tô

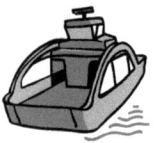

трајект

phà

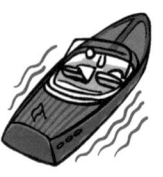

чамац

xuồng

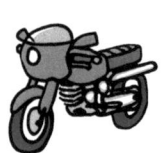

мотоцикл

xe máy

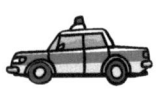

полицијски ауто

xe cảnh sát

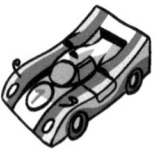

тркаћи ауто

xe đua

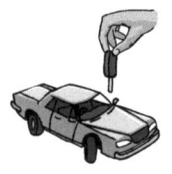

изнајмљено ауто

xe cho thuê

деление аутомобила

dịch vụ thuê xe tự lái

вучно возило

xe kéo cứu hộ

возило за одвоз смећа

xe rác

мотор

động cơ

бензин

xăng

бензинска станица

trạm xăng

саобраћајни знак

biển báo giao thông

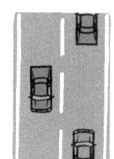

саобраћај

giao thông

застој

ách tắc giao thông

паркиралиште

bãi đậu xe

железничка станица

nhà ga

шине

đường ray

воз

xe lửa

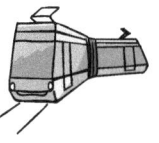

трамвај

tàu điện

вагон

toa xe

хеликоптер

máy bay trực thăng

аеродром

sân bay

кула

tháp

путник

hành khách

контејнер

côngtenơ

картон

thùng các-tông

колица

xe đẩy

корпа

cái giỏ

узлетети / слетети

cất cánh / hạ cánh

град
thành phố

село

làng

центар града

trung tâm thành phố

кућа

nhà

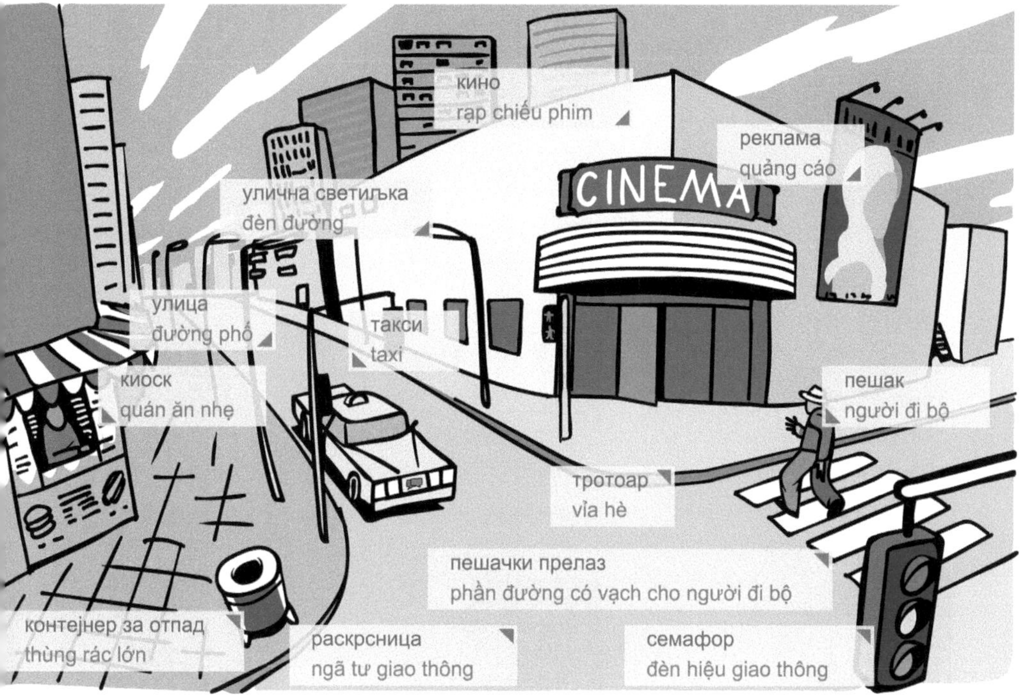
кино
rạp chiếu phim
реклама
quảng cáo
CINEMA
улична светиљка
đèn đường
улица
đường phố
такси
taxi
киоск
quán ăn nhẹ
пешак
người đi bộ
тротоар
vỉa hè
пешачки прелаз
phần đường có vạch cho người đi bộ
контејнер за отпад
thùng rác lớn
раскрсница
ngã tư giao thông
семафор
đèn hiệu giao thông

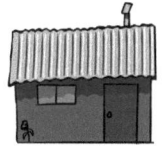

колиба

nhà chòi

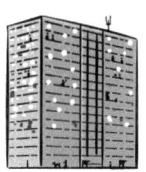

стан

căn hộ

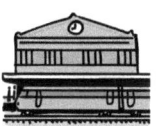

железничка станица

nhà ga

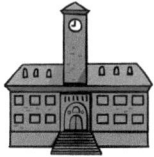

већница

tòa thị chính

MUSEUM

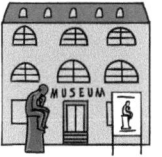

музеј

viện bảo tàng

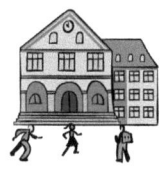

школа

trường học

универзитет

đại học

банка

ngân hàng

болница

bệnh viện

хотел

khách sạn

апотека

hiệu thuốc

канцеларија

văn phòng

књижара

hiệu sách

продавница

cửa hiệu

цвећара

cửa hiệu bán hoa

супермаркет

siêu thị

трг

chợ

робна кућа

cửa hàng bách hóa

рибарница

người bán cá

трговачки центар

trung tâm mua bán

лука

bến cảng

парк

công viên

клупа

ghế băng

мост

cầu

степенице

cầu thang

подземна железница

tàu điện ngầm

тунел

đường hầm

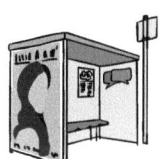

аутобуска станица

trạm xe buýt

бар

quán bar

ресторан

khách sạn

поштанско сандуче

hòm thư công cộng

улични знак

bảng hiệu đường

паркирни аутомат

đồng hồ đậu xe

зоолошки врт

vườn bách thú

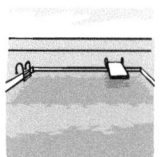

базен

bể bơi

џамија

nhà thờ Hồi giáo

сеоско газдинство

nông trại

загађење околине

ô nhiễm môi trường

гробље

nghĩa trang

црква

nhà thờ

игралиште

sân chơi

храм

ngôi đền

пејсаж
phong cảnh

лист
lá cây

путоказ
bảng chỉ đường

пут
lối đi

ливада
bãi cỏ

камен
hòn đá

дрво
cây

шетач
người đi bộ đường dài

река
sông

трава
cỏ

цвет
bông hoa

долина

thung lũng

планина

đồi

језеро

hồ nước

шума

rừng

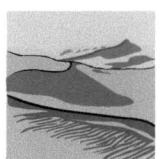

пустиња

sa mạc

вулкан

núi lửa

дворац

lâu đài

дуга

cầu vồng

гљива

nấm

палма

cây cọ

москито

con muỗi

мува

con ruồi

мрав

con kiến

пчела

con ong

паук

con nhện

буба

бо cánh cứng

жаба

con ếch

веверица

con sóc

јеж

con nhím

зец

con thỏ

сова

con cú

птица

con chim

лабуд

thiên nga

дивља свиња

heo rừng

јелен

con hươu

лос

nai sừng tấm

насип

đê

ветрењача

tuabin gió

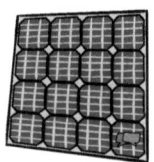

соларна плоча

tấm năng lượng mặt trời

клима

khí hậu

ресторан
khách sạn

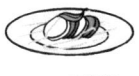

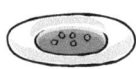

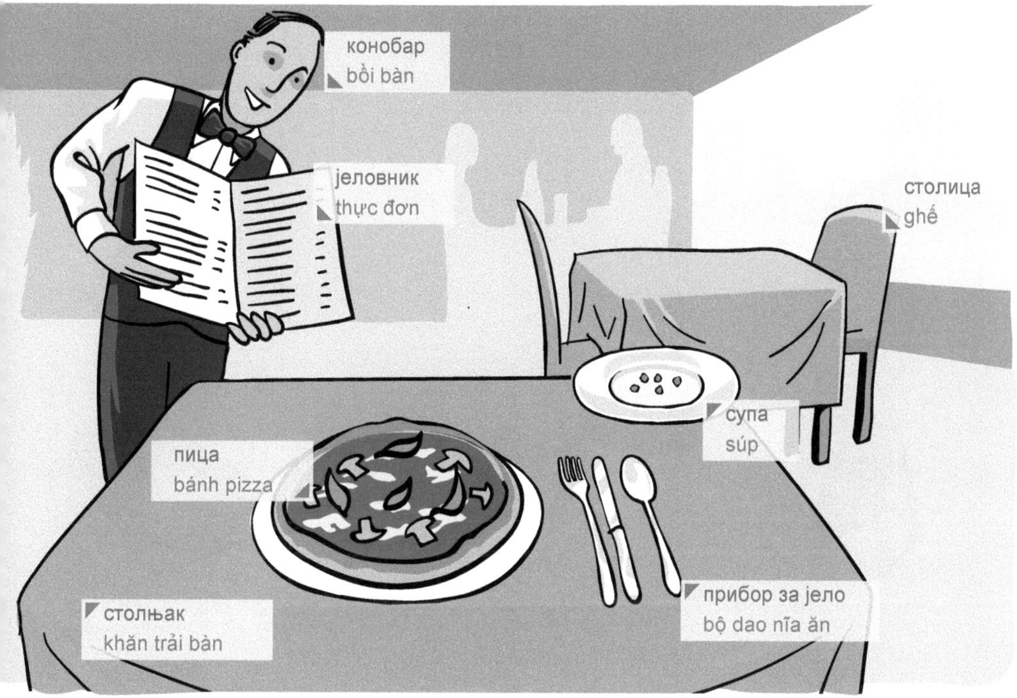

конобар
bồi bàn
јеловник
thực đơn
столица
ghế
супа
súp
пица
bánh pizza
прибор за јело
bộ dao nĩa ăn
стољњак
khăn trải bàn

предјело

món ăn khai vị

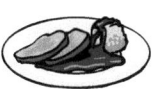

главно јело

món ăn chính

десерт

món tráng miệng

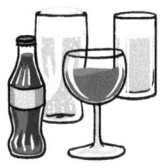

напитци

thức uống

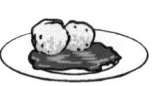

јело

thức ăn

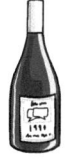

флаша

cái chai

брза храна

thức ăn nhanh

имбис храна

thức ăn đường phố

чајник

ấm trà

доза за шећер

hộp đường

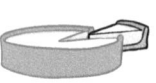

порција

khẩu phần

апарат за еспресо

máy pha espresso

висока столица

ghế cao

рачун

hóa đơn

послужавник

khay

нож

dao

виљушка

nĩa

кашика

thìa

чајна кашика

thìa uống trà

салвета

khăn ăn

чаша

cốc thủy tinh

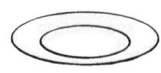

тањир

đĩa

тањир за супу

đĩa súp

тањирић

đĩa lót cốc

сос

nước sốt

сољенка

lọ muối

млин за бибер

cái xay tiêu

сирће

giấm

уље

dầu

зачини

gia vị

кечап

nước xốt cà chua

сенф

tương hạt cải

мајонеза

nước sốt mayonnaise

супермаркет
siêu thị

понуда
chào giá đặc biệt
FOR
купац
khách hàng
млечни производи
sản phẩm từ sữa
воће
trái cây
колица за куповину
xe đẩy mua sắm

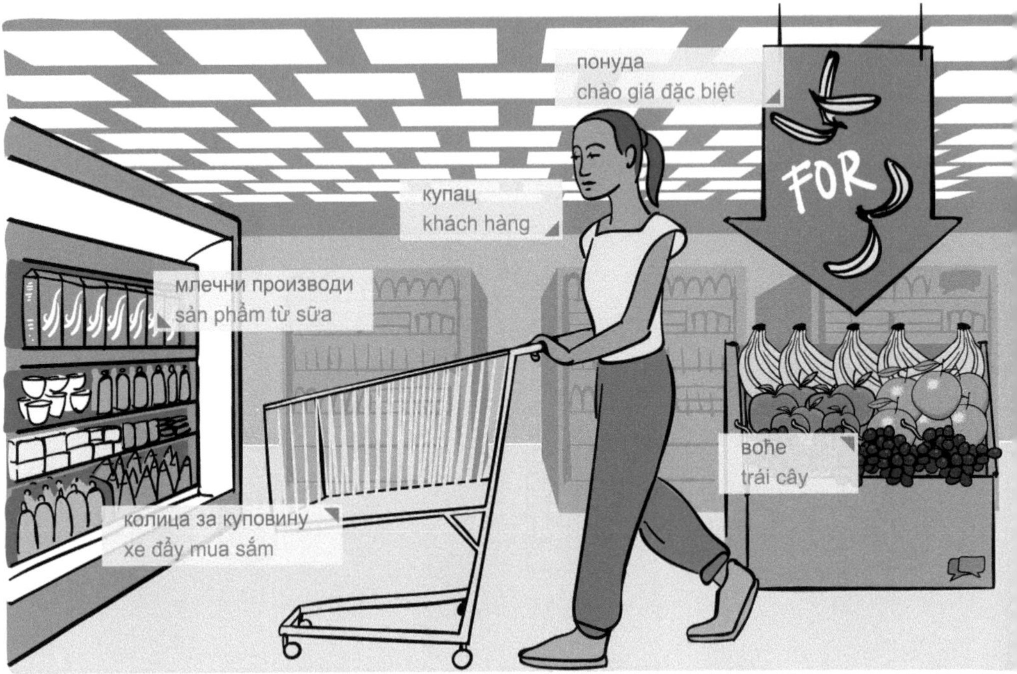

BUTCHERS

месница

lò mổ

BAKERY

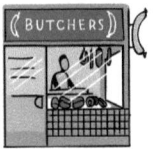

пекара

cửa hiệu bán bánh mì

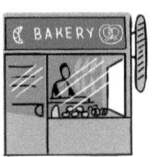

вагати

cân nặng

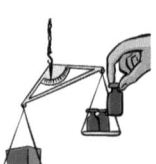

поврће

rau quả

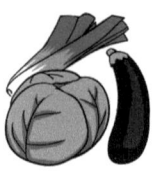

месо

thịt

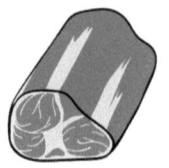

смрзнута храна

thức ăn đông lạnh

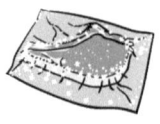

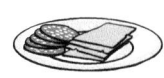

нарезак

lát thịt nguội

конзерве

đồ hộp

средство за прање

bột giặt

слаткиши

đồ ngọt

артикли за домаћинство

sản phẩm dùng trong gia đình

средства за чишћење

chất tẩy rửa

продавачица

người bán hàng

благајна

quầy trả tiền

благајник

nhân viên thu ngân

листа за куповину

danh sách mua sắm

време рада

giờ mở cửa

новчаник

ví tiền

кредитна картица

thẻ tín dụng

торба

túi đeo

пластична кеса

túi ny lông

вода

nước

сок

nước quả ép

млеко

sữa

кола

coca-cola

вино

rượu vang

пиво

bia

алкохол

cồn

какао

cacao

чај

trà

кава

cà phê

еспресо

espresso

капућино

cappuccino

банана

chuối

jабука

quả táo

наранџa

quả cam

лубеница

dưa hấu

лимун

chanh

шаргарепа

cà rốt

бели лук

tỏi

бамбус

tre

лук

củ hành

гљива

nấm

орашасти плодови

hạt dẻ

резанци

mì

шпагете

mì spaghetti

рижа

cơm

салата

xà lách

помфрит

khoai tây chiên

печени крумпир

khoai tây chiên

пица

bánh pizza

хамбургер

bánh hamburger

сендвич

bánh mì sandwich

шницла

thịt côtlet

шунка

thịt giăm bông

салама

xúc xích

кобасица

dồi

кокош

gà

печење

rán

риба

cá

зобене пахуљице

cháo yến mạch

мусли

cháo muesli

кукурузне пахуљице

bánh bột ngô nướng

брашно

bột mì

кроасан

bánh sừng bò

пециво

bánh mì

хлеб

bánh mì

тоаст

bánh mì nướng

кекси

bánh bích quy

маслац

bơ

свежи сир

sữa đông

колач

bánh ngọt

jaje

trứng

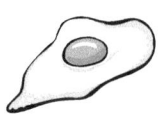

jaje на око

trứng rán

сир

pho mát

сладолед

kem

шећер

đường

мед

mật ong

мармелада

mứt

нугат крема

kem nougat

кари

cà ri

сеоско газдинство

nông trại

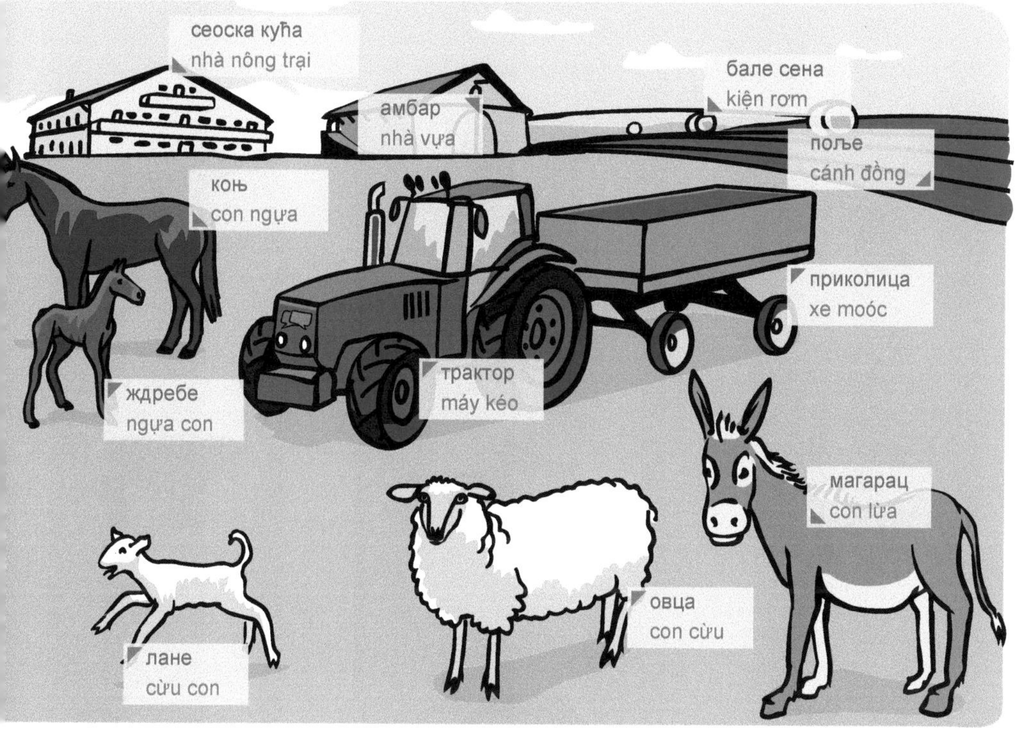
сеоска кућа
nhà nông trại
амбар
nhà vựa
бале сена
kiện rơm
поље
cánh đồng
коњ
con ngựa
приколица
xe moóc
трактор
máy kéo
ждребе
ngựa con
магарац
con lừa
овца
con cừu
лане
cừu con

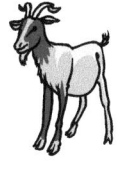

коза

con dê

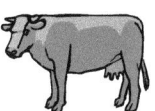

крава

con bò

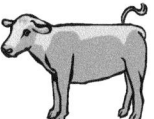

теле

con bê

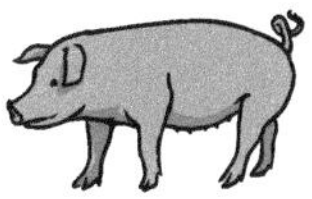

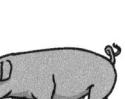

свиња

con lợn

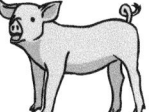

прасе

lợn con

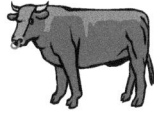

бик

bò đực

гуска

con ngỗng

патка

con vịt

пилићи

gà con

кокош

gà mái

петао

gà trống

пацов

con chuột

мачка

mèo

миш

chuột nhắt

вол

bò đực

пас

con chó

кућица за пса

nhà chuồng chó

вртно црево

ống tưới vườn cây

канта за поливање

thùng tưới cây

коса

lưỡi hái

плуг

cái cày

срп

cái liềm

мотика

cái cuốc

виљушка за ђубриво

cái chĩa

секира

cái rìu

тачке

xe cút kít

корито

máng ăn

посуда за млеко

lọ sữa

врећа

bao tải

ограда

hàng rào

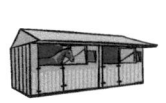

штала

chuồng

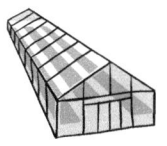

стакленик

nhà kính trồng cây

земља

đất trồng

семе

hạt giống

ђубриво

phân bón

комбајн

máy gặt đập liên hợp

жети

thu hoạch

жетва

mùa thu hoạch

јамс зачин

khoai lang

пшеница

lúa mì

соја

đậu nành

крумпир

khoai tây

кукуруз

ngô

уљана репица

hạt cải dầu

воћка

cây ăn trái

гомољ маниоке

sắn

житарице

ngũ cốc

куħа
nhà

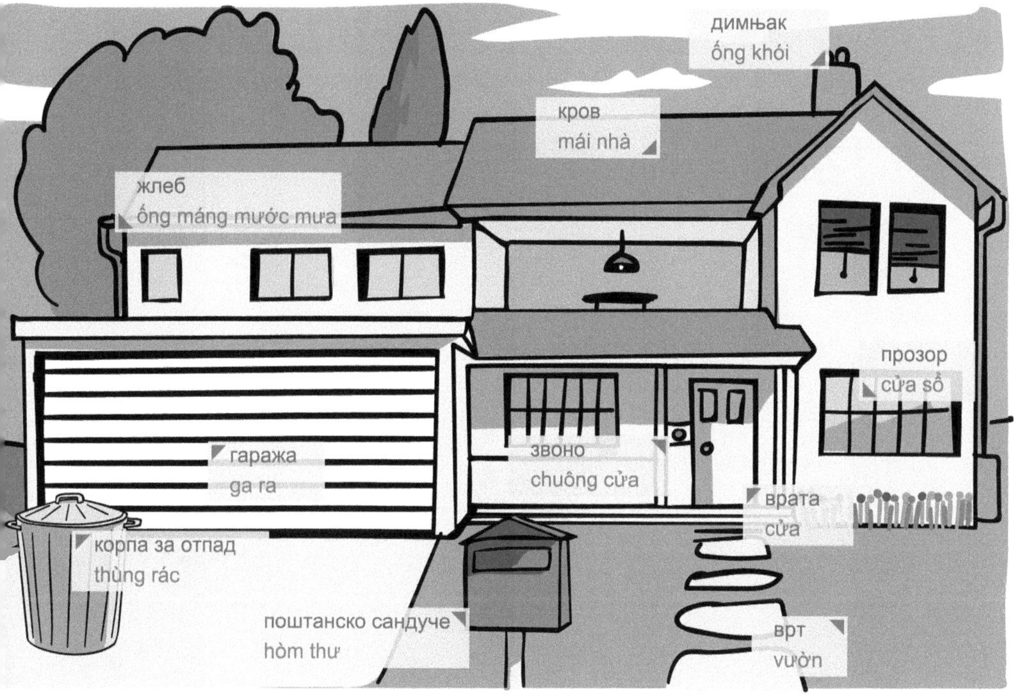

димњак
ống khói
кров
mái nhà
жлеб
ống máng mước mưa
прозор
cửa sổ
гаража
ga ra
звоно
chuông cửa
врата
cửa
корпа за отпад
thùng rác
поштанско сандуче
hòm thư
врт
vườn

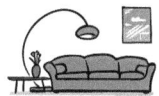

дневна соба

phòng khách

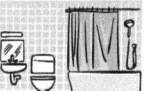

купаоница

phòng tắm

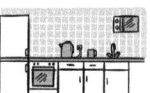

кухиња

bếp

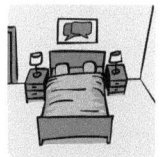

спаваħа соба

phòng ngủ

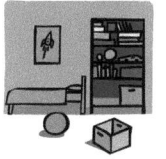

дечија соба

phòng trẻ em

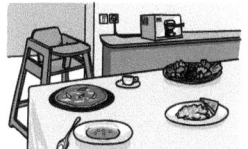

трпезарија

phòng ăn

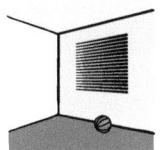

под

nền nhà

зид

tường

строп

trần nhà

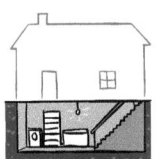

подрум

tầng hầm

сауна

tắm hơi

балкон

ban công

тераса

sân hiên

базен

bể bơi

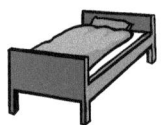

косилица за траву

máy cắt cỏ

постељина за кревет

khăn trải giường

дека за кревет

khăn trải giường

кревет

giường

метла

chổi

канта

cái xô

прекидач

công tắc điện

дневна соба

phòng khách

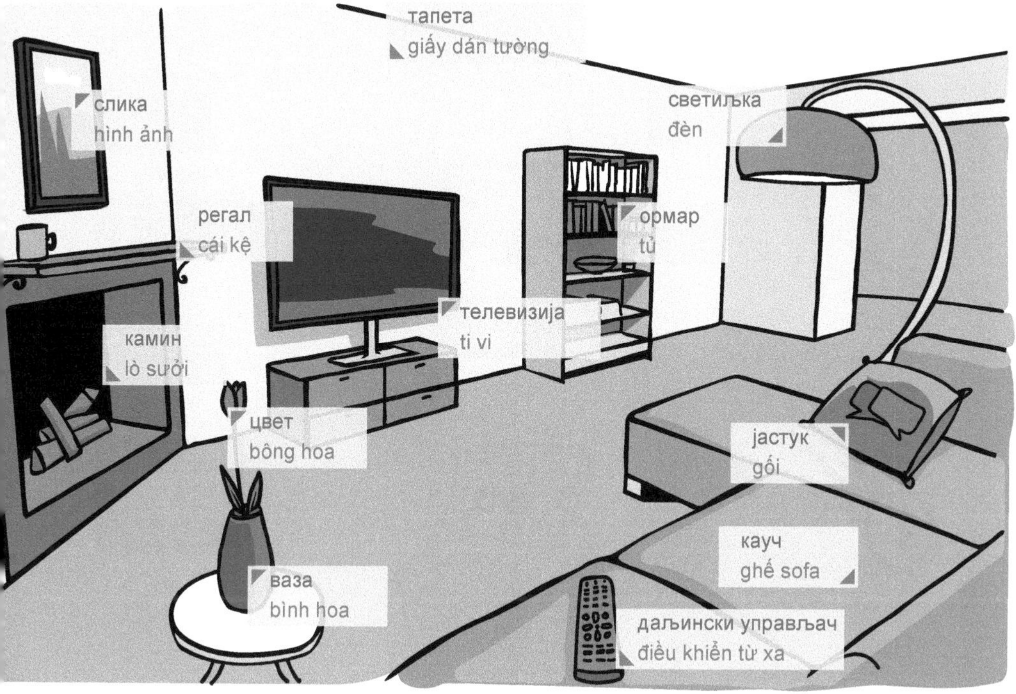

тапета
giấy dán tường
слика
hình ảnh
светиљка
đèn
регал
cái kệ
ормар
tủ
телевизија
ti vi
камин
lò sưởi
цвет
bông hoa
јастук
gối
кауч
ghế sofa
ваза
bình hoa
даљински управљач
điều khiển từ xa

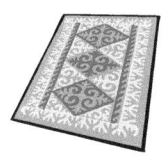

тепих

thảm

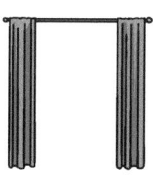

завеса

rèm

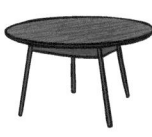

сто

cái bàn

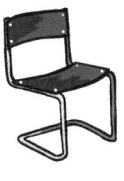

столица

ghế

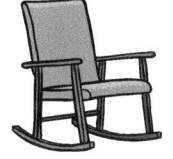

столица за њихање

ghế bập bênh

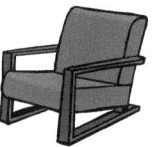

фотеља

ghế bành

књига
sách

дека
cái chăn

декорација
đồ trang trí

дрво за огрев
củi

филм
phim

хи-фи уређај
máy hi-fi

кључ
chìa khóa

новине
báo

слика на платну
bức tranh

постер
áp phích

радио
radio

блок за писање
sổ ghi chép

усисивач
máy hút bụi

кактус
cây xương rồng

свећа
cây nến

кухиња

bếp

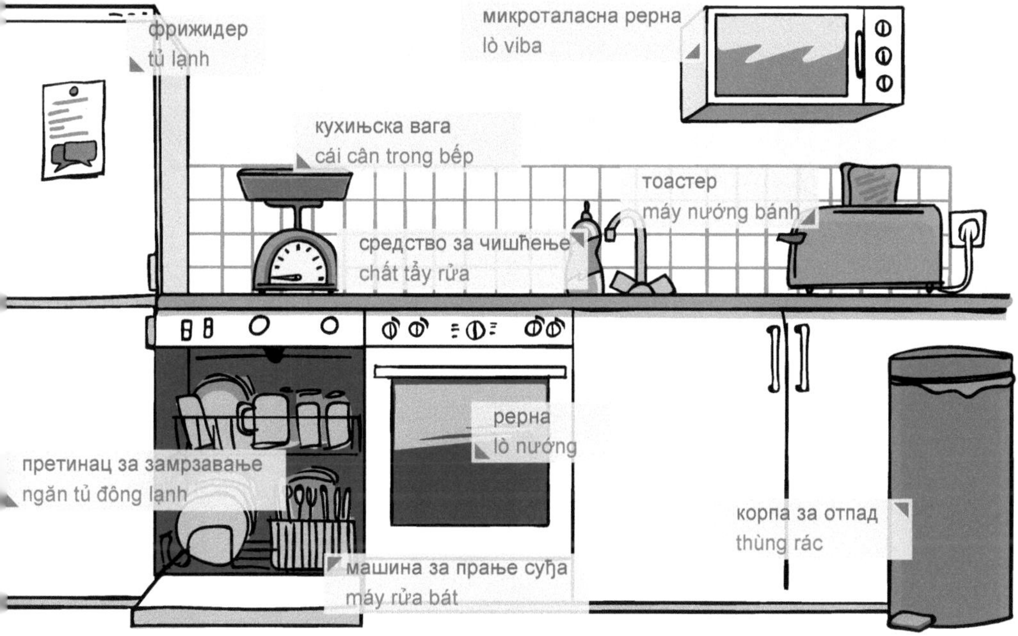
фрижидер
tủ lạnh
микроталасна рерна
lò viba
кухињска вага
cái cân trong bếp
тоастер
máy nướng bánh
средство за чишћење
chất tẩy rửa
рерна
lò nướng
претинац за замрзавање
ngăn tủ đông lạnh
корпа за отпад
thùng rác
машина за прање суђа
máy rửa bát

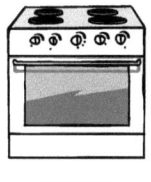

шпорет

lò nấu

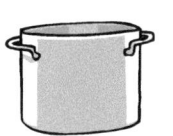

лонац

nồi

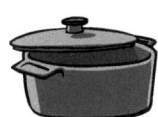

гвоздени лонац

nồi sắt

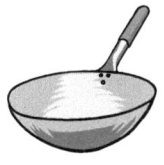

вок / кадаи

chảo

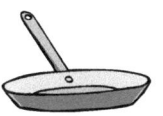

тава

chảo

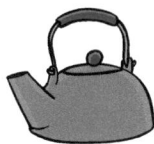

кувало за воду

ấm đun nước

кувало на пару

nồi đun hơi

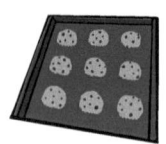

лим за печење

khay lò nướng

посуђе

bát đĩa

чаша

cốc

посуда

cái bát

штапићи за јело

đũa

кутлача

cái vá

лопатица

bàn xẻng

пењача

que đánh kem

сито за кување

rây dùng trong bếp

сито

cái rây lọc

рибеж

cái nạo

мужар

vữa

роштиљ

vỉ nướng

огњиште

ngọn lửa trần

даска

cái thớt

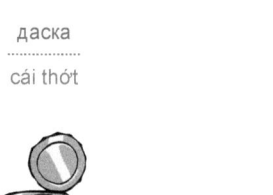

оклагија

trục cán bột

вадичеп

cái mở nút chai

конзерва

vỏ đồ hộp

отварач конзерви

cái mở vỏ đồ hộp

крпа за лонац

miếng nhắc nồi

судопер

bồn rửa bát

четка

bàn chải

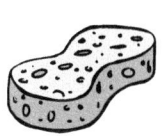

сунђер

miếng xốp

миксер

máy xay

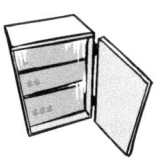

замрзивач

tủ đông lạnh

флашица за бебе

bình sữa cho trẻ sơ sinh

славина за воду

vòi nước

купаоница

phòng tắm

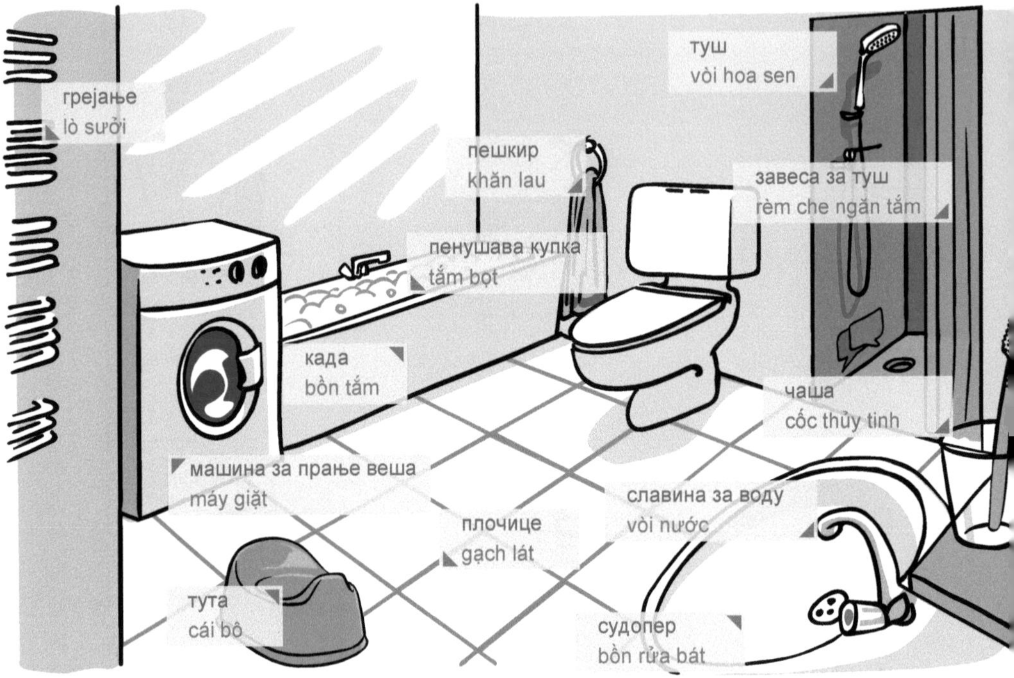

туш
vòi hoa sen
грејање
lò sưởi
пешкир
khăn lau
завеса за туш
rèm che ngăn tắm
пенушава купка
tắm bọt
када
bồn tắm
чаша
cốc thủy tinh
машина за прање веша
máy giặt
славина за воду
vòi nước
плочице
gạch lát
тута
cái bô
судопер
bồn rửa bát

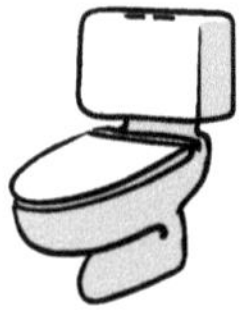

тоалет

bồn cầu

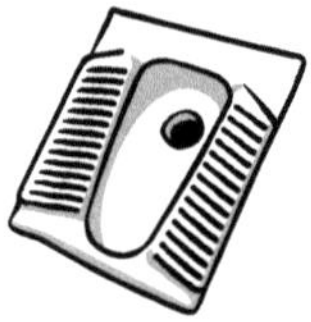

чучавац

bồn cầu ngồi xổm

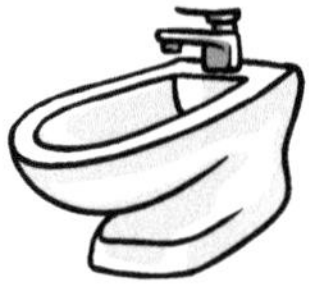

бидет

bồn rửa hậu môn

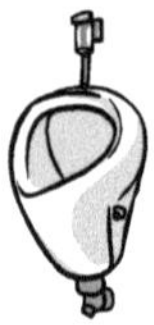

писоар

bồn tiểu tiện

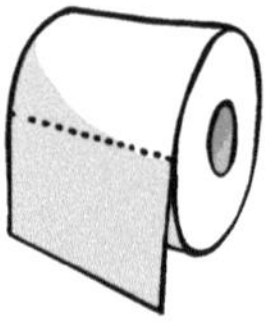

тоалетни папир

giấy vệ sinh

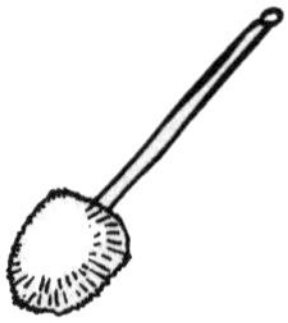

четка за тоалет

bàn chải cọ bồn cầu

четкица за зубе

bàn chải đánh răng

паста за зубе

kem đánh răng

конац за зубе

chỉ nha khoa

прати

rửa

туш ручица

vòi sen cầm tay

туш за прање интимних делова

vòi rửa hậu môn

лавор

bồn rửa

четка за прање леђа

bàn chải cọ lưng

сапун

xà phòng

гел за туширање

sữa tắm

шампон

dầu gội

крпа за прање

khăn cọ để tắm

одвод

lỗ thoát nước

крема

kem

дезодоранс

chất khử mùi

огледало
gương

козметичко огледало
gương tay

бријач
dao cạo râu

пена за бријање
kem cạo râu

лосион за после бријања
nước thơm dùng sau khi
cạo râu

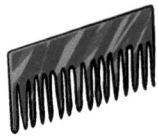
чешаљ
cái lược

четка
bàn chải

фен за косу
máy xấy tóc

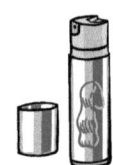
спреј за косу
keo xịt tóc

шминка
đồ trang điểm

руж за усне
thỏi son môi

лак за нокте
sơn bôi móng

вата
bông

маказе за нокте
kéo cắt móng

парфем
nước hoa

козметичка торбица

túi đựng đồ tắm

столица

ghế đẩu

вага

cái cân

огртач

áo choàng tắm

рукавице за чишћење

găng tay làm vệ sinh

тампон

nút gạc

уложак

băng vệ sinh

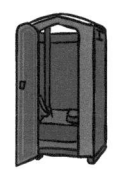

хемијски тоалет

nhà vệ sinh hóa chất

дечија соба

phòng trẻ em

будилник
đồng hồ báo thức
плишана играчка
thú bông
ауто играчка
xe đồ chơi
звечка
cái lúc lắc
кућица за лутке
nhà búp bê
поклон
món quà

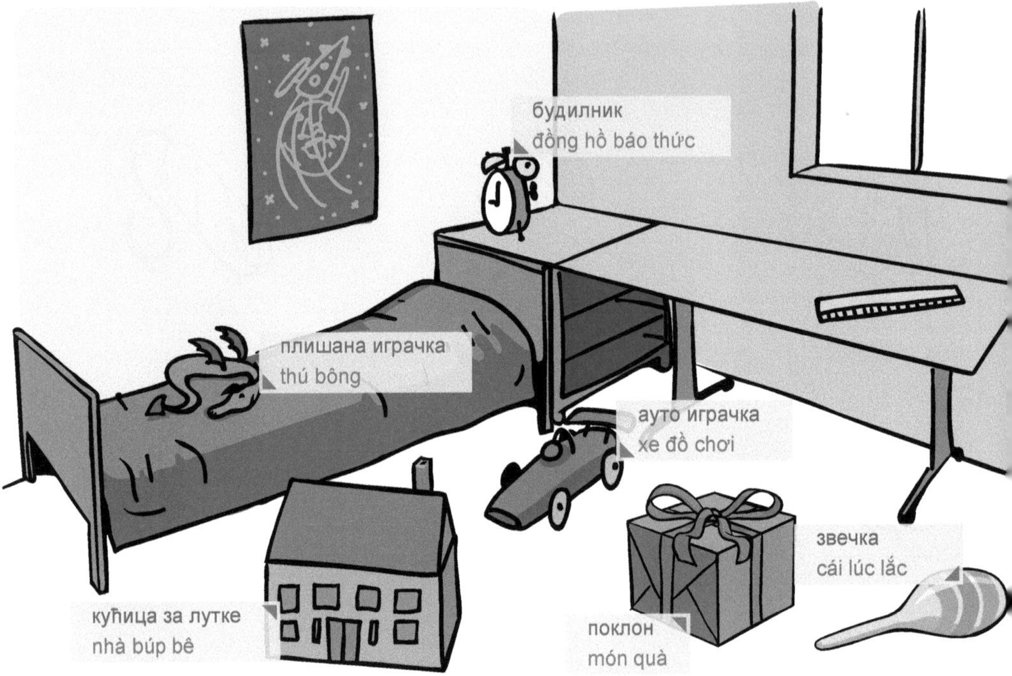

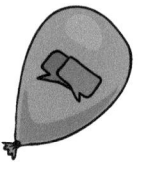

балон

bong bóng

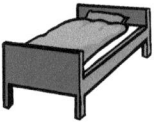

кревет

giường

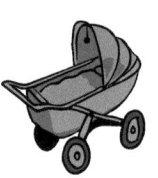

дјечија колица

xe nôi

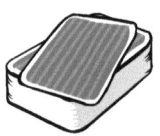

игра са картама

trò chơi bài

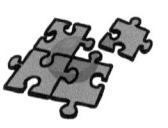

слагалица

trò chơi ghép hình

SUPER MEGA

стрип

truyện tranh

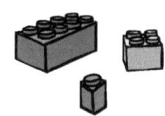

лего коцкице

gạch Lego

коцкице за слагање

khối xếp hình

акциони јунак

nhân vật hành động

бенкица за бебе

liền quần cho trẻ sơ sinh

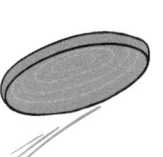

фризби

đĩa nhựa để ném

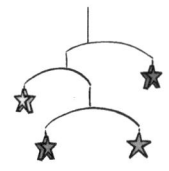

висеће играчке

đồ chơi treo trên giường

друштвене игре

trò chơi cờ bàn

коцка

xúc xắc

минијатурна жељезница

đồ chơi xe lửa mô hình

дуда

ti giả

забава

buổi tiệc

сликовница

sách tranh

лопта

quả bóng

лутка

búp bê

играти

chơi

пешчаник

hố cát

љуљачка

cái đu

играчка

đồ chơi

конзола за игре

máy chơi game cầm tay

трицикл

xe ba bánh

теди

gấu bông

ормар

tủ quần áo

одећа

y phục

кратке чарапе

bít tất

чарапе

bít tất dài

хулахопке

quần tất

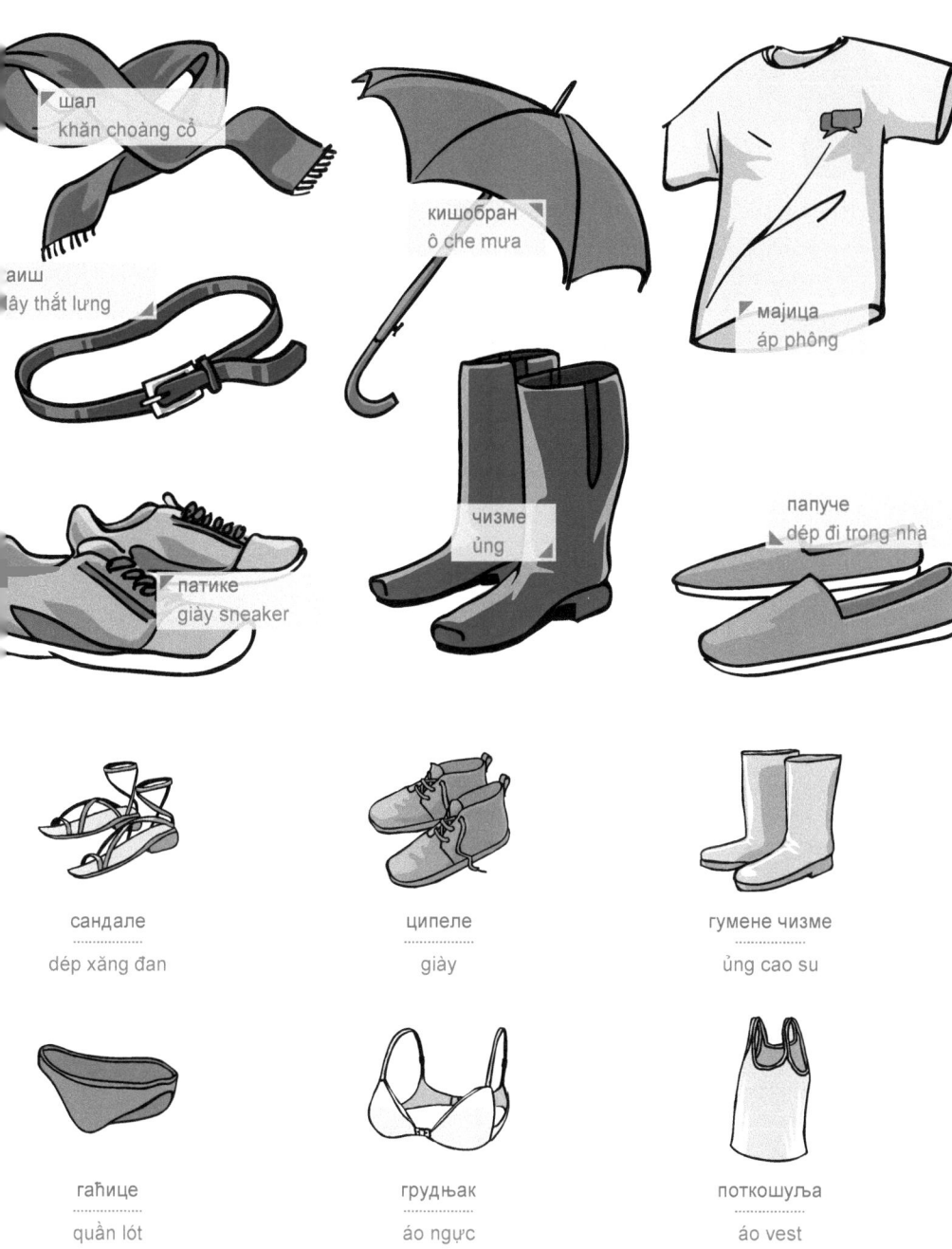

шал
khăn choàng cổ

кишобран
ô che mưa

мајица
áp phông

аиш
ây thắt lưng

чизме
ủng

папуче
dép đi trong nhà

патике
giày sneaker

сандале
dép xăng đan

ципеле
giày

гумене чизме
ủng cao su

гаћице
quần lót

грудњак
áo ngực

поткошуља
áo vest

боди
áo ôm sát cơ thể

панталоне
quần dài

фармерке
quần bò

сукња
váy

блуза
áo cánh

кошуља
áo sơ mi

џемпер
áo len chui đầu

џемпер с капуљачом
áo len

сако
áo blazer

јакна
áo jacket

мантил
áo khoác

кабаница
áo mưa

костим
trang phục

хаљина
áo váy

венчаница
áo cưới

одело
bộ com lê

спаваћица
áo ngủ

пиџама
pijama

сари
trang phục sari

марама за главу
khăn trùm đầu

турбан
khăn đội đầu

бурка
áo burka

кафтан
áo captan

абаја
áo aba

купаћи костим
quần áo bơi

купаће гаћице
quần bơi

кратке панталоне
quần đùi

одећа за тренинг
quần áo tracksuit

кецеља
tạp dề

рукавице
găng tay

дугме

cái cúc

наочаре

kính mắt

наруквица

vòng đeo tay

огрлица

vòng cổ

прстен

nhẫn

наушница

hoa tai

капа

mũ lưỡi trai

вешалица

cái mắc treo áo quần

шешир

mũ

краватa

cà vạt

патент затварач

dây kéo phéc mơ tuya

кацига

mũ bảo hiểm

нараменице

dây đeo quần

школска униформа

đồng phục học sinh

униформа

đồng phục

подбрадак

yếm trẻ em

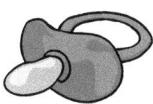

дуда

ti giả

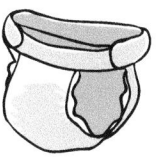

пелена

tã lót

канцеларија
văn phòng

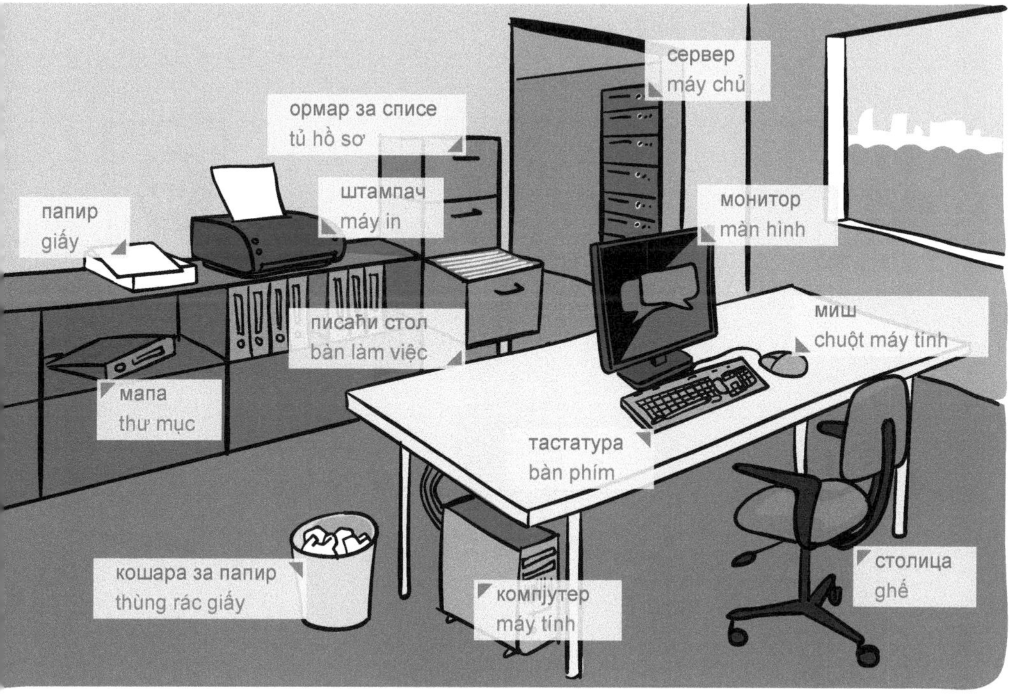

сервер
máy chủ

ормар за списе
tủ hồ sơ

штампач
máy in

монитор
màn hình

папир
giấy

писаћи стол
bàn làm việc

миш
chuột máy tính

мапа
thư mục

тастатура
bàn phím

кошара за папир
thùng rác giấy

столица
ghế

компјутер
máy tính

шалица за каву

cốc cà phê

калкулатор

máy tính bỏ túi

интернет

internet

лаптоп

laptop

писмо

thư

порука

tin nhắn

мобилни телефон

điện thoại di động

мрежа

mạng

уређај за копирање

máy photocopy

софтвер

phần mềm

телефон

điện thoại

утичница

ổ cắm điện

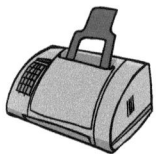

факс

máy fax

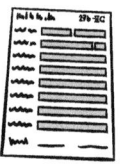

формулар

mẫu đơn

документ

chứng từ

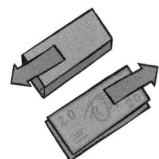

купувати
....
mua

платити
....
trả tiền

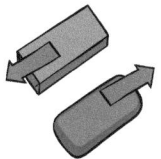

тргувати
....
buôn bán

новац
....
tiền

долар
....
đô la

евро
....
Euro

јен
....
yên

рубља
....
rúp

швајцарски франак
....
franc Thụy Sĩ

ренминдби јуан
....
nhân dân tệ

рупија
....
rupi

аутомат за новац
....
máy rút tiền tự động

мењачница

quầy đổi tiền

злато

vàng

сребро

bạc

нафта

dầu

енергија

năng lượng

цена

giá tiền

уговор

hợp đồng

порез

thuế

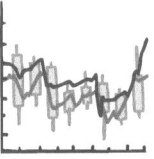

деонице

cổ phiếu

радити

làm việc

службеник

nhân viên

послодавац

chủ lao động

фабрика

nhà máy

продавница

cửa hiệu

економија - kinh tế

занимања
nghề nghiệp

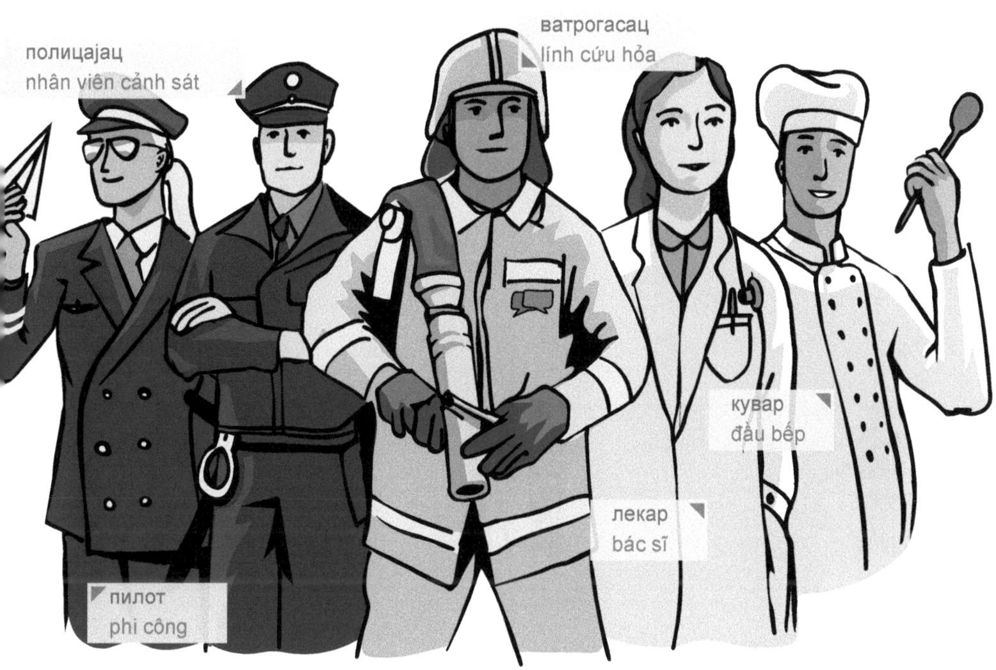

полицајац
nhân viên cảnh sát
ватрогасац
lính cứu hỏa
кувар
đầu bếp
лекар
bác sĩ
пилот
phi công

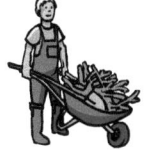

вртлар
người làm vườn

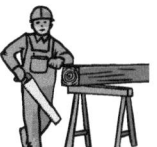

столар
thợ mộc

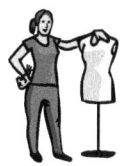

кројачица
thợ may

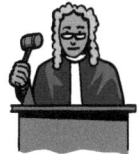

судија
chánh án

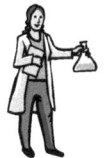

хемичар
nhà hóa học

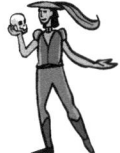

глумац
diễn viên

возач аутобуса

tài xế xe buýt

возач таксија

người lái taxi

рибар

ngư dân

чистачица

người lau dọn vệ sinh

кровопокривач

thợ lợp mái nhà

конобар

bồi bàn

ловац

thợ săn

сликар

họa sĩ

пекар

thợ làm bánh

електричар

thợ điện

грађевински радник

thợ xây dựng

инжењер

kỹ sư

месар

người hàng thịt

лимар

thợ sửa ống nước

поштар

người đưa thư

вojник

người lính

архитекта

kiến trúc sư

благајник

nhân viên thu ngân

цвећар

người bán hoa

фризер

thợ cắt tóc

кондуктер

nhân viên soát vé

механичар

thợ cơ khí

капетан

thuyền trưởng

зубар

nha sĩ

научник

nhà khoa học

раби

giáo sĩ Do thái

имам

lãnh tụ Hồi giáo

монах

nhà sư

свећеник

mục sư

алати

dụng cụ

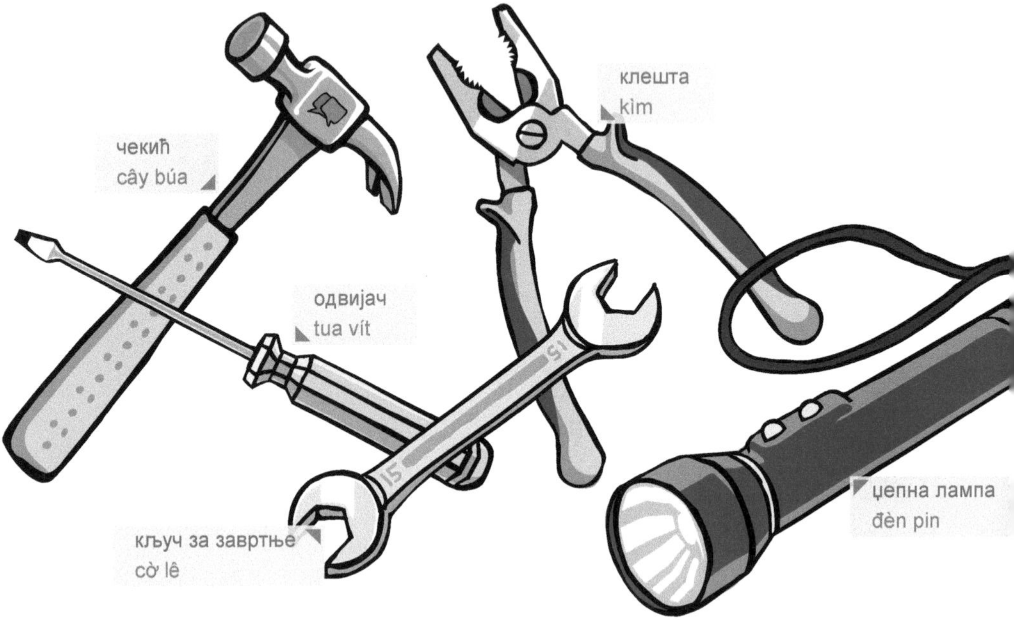

чекић
cây búa
клешта
kìm
одвијач
tua vít
кључ за завртње
cờ lê
џепна лампа
đèn pin

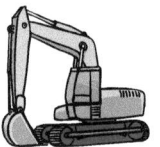

багер

máy xúc đất

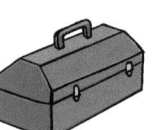

кутија за алат

hộp dụng cụ

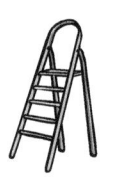

мердевине

cái thang

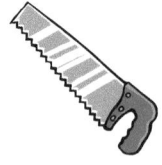

пила

cưa

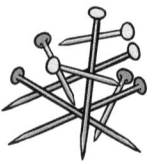

ексер

đinh

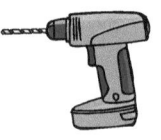

бушилица

máy khoan

поправити

sửa chữa

лопата

cái xẻng

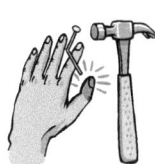

до ђавола!

khốn nạn!

лопатица

cái hót rác

лонац за боју

thùng sơn

завртањи

vít

музички инструмент
nhạc cụ

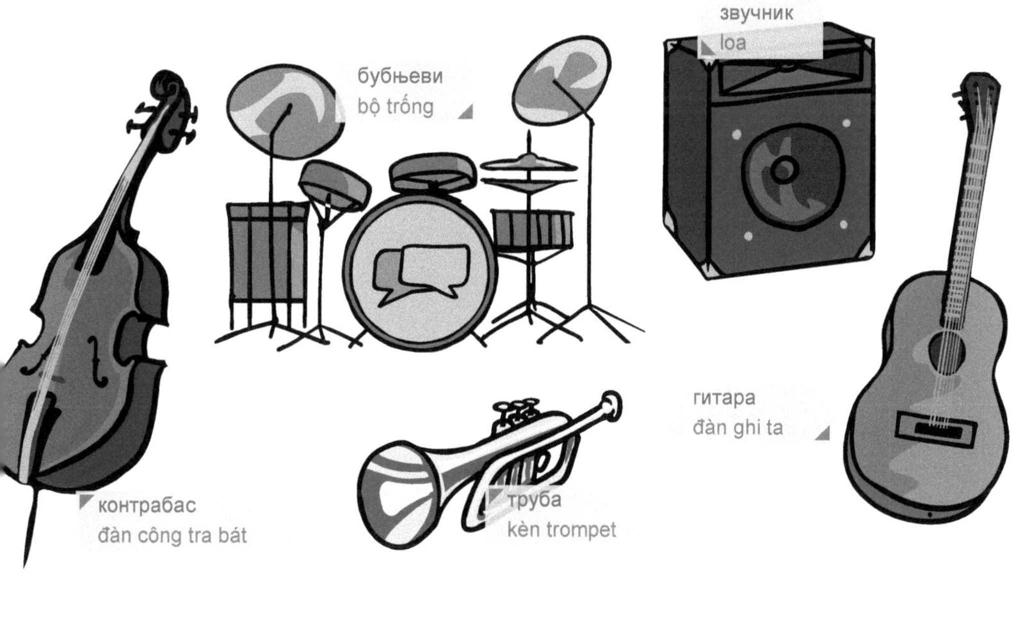

звучник
loa

бубњеви
bộ trống ◢

гитара
đàn ghi ta ◢

◤ контрабас
đàn công tra bát

труба
kèn trompet

клавир

đàn piano

виолина

đàn vĩ cầm

бас

ghi ta bass

тимпани

trống định âm

ударяљке за бубњеве

trống

типке клавира

đàn organ

саксофон

kèn Saxophone

флаута

sáo

микрофон

micro

зоолошки врт
vườn bách thú

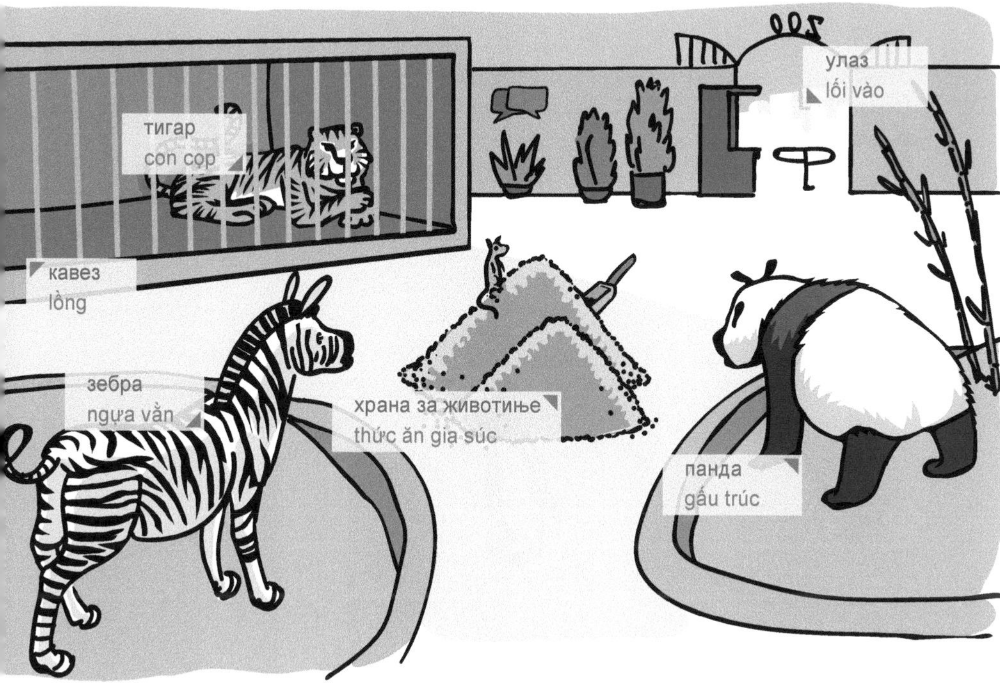

улаз
lối vào
тигар
con cọp
кавез
lồng
зебра
ngựa vằn
храна за животиње
thức ăn gia súc
панда
gấu trúc

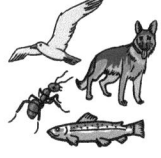

животиње

động vật

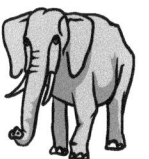

слон

con voi

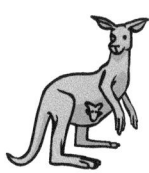

кенгур

chuột túi

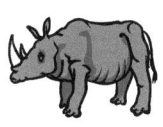

носорог

tê giác

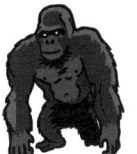

горила

khỉ đột

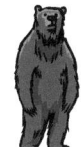

медвед

con gấu

камила
lạc đà

ноj
đà điểu

лав
sư tử

маjмун
con khỉ

фламинго
hồng hạc

папагаj
con vẹt

поларни медвед
gấu bắc cực

пингвин
chim cánh cụt

аjкула
cá mập

паун
con công

змиjа
con rắn

крокодил
cá sấu

чувар у зоолошком врту
người trông giữ vườn bách
thú

туљан
hải cẩu

jагуар
báo đốm

пони

ngựa lùn

леопард

con báo

нилски коњ

hà mã

жирафа

hươu cao cổ

орао

đại bàng

дивља свиња

heo rừng

риба

cá

корњача

con rùa

морж

hải mã

лисица

con cáo

газела

linh dương

амерички ногомет
bóng bầu dục Mỹ

бициклизам
đua xe đạp

тенис
quần vợt

кошарка
bóng rổ

пливање
bơi

бокс
đấm bốc

хокеј на леду
khúc côn cầu trên băng

фудбал

bóng đá

бадминтон

cầu lông

атлетика

điền kinh

рукомет

bóng ném

скијање

trượt tuyết

поло

polo

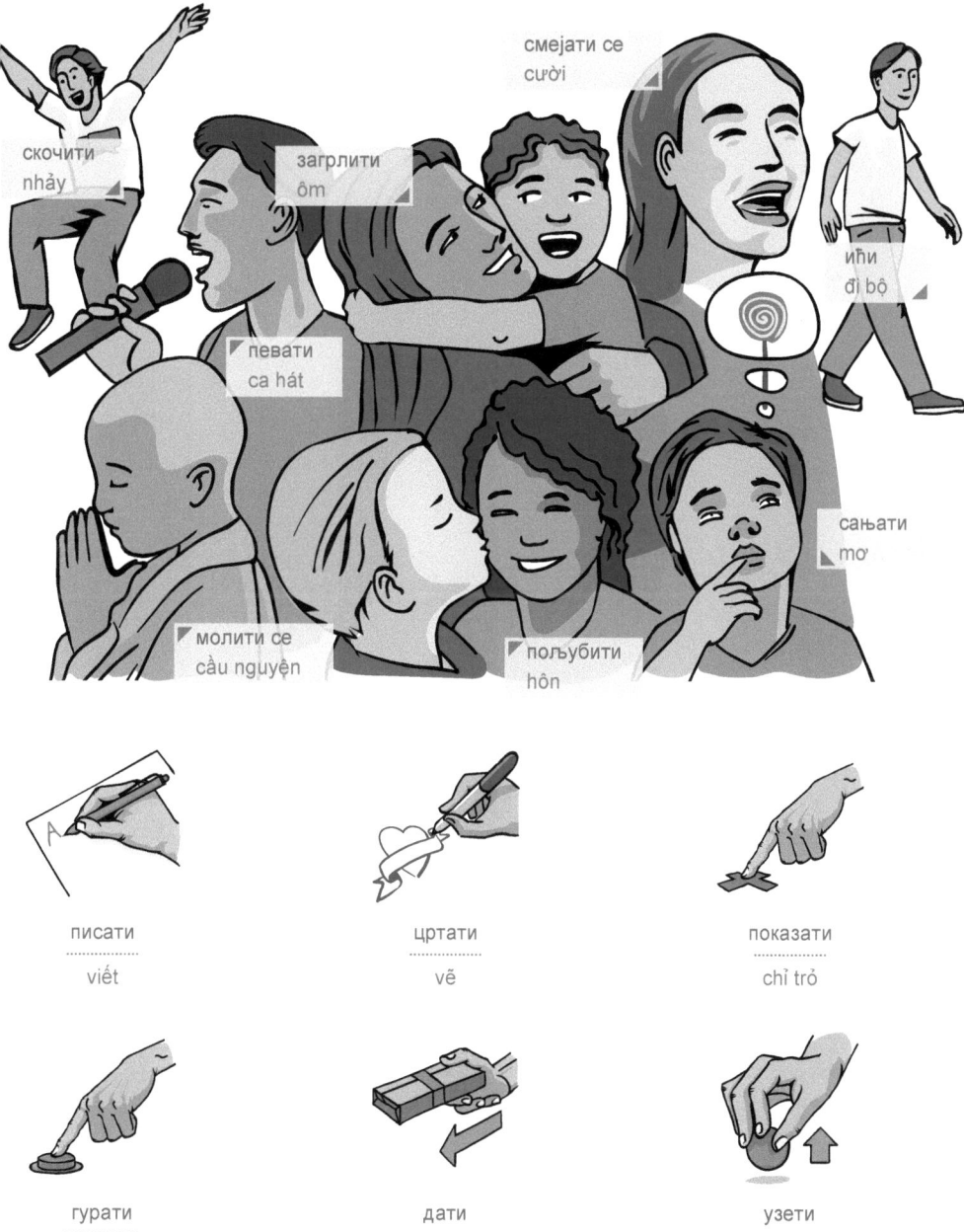

смејати се
cười

скочити
nhảy

загрлити
ôm

ићи
đi bộ

певати
ca hát

сањати
mơ

молити се
cầu nguyện

пољубити
hôn

писати
viết

цртати
vẽ

показати
chỉ trỏ

гурати
đẩy

дати
cho

узети
lấy đi

имати

có

чинити

làm

бити

thì / là

стојати

đứng

трчати

chạy

повлачити

kéo

бацити

ném

падати

rơi

лежати

nằm

чекати

chờ đợi

носити

mang vác

седити

ngồi

облачити

mặc quần áo

спавати

ngủ

пробудити се

thức dậy

гледати

xem

плакати

khóc

миловати

vuốt ve

чешљати

chải

говорити

nói chuyện

разумети

hiểu

питати

câu hỏi

слушати

nghe

пити

uống

јести

ăn

поспремити

dọn dẹp

волети

yêu

кухати

nấu nướng

возити

lái xe

летети

bay

пловити

đi thuyền buồm

рачунати

tính toán

читати

đọc

учити

học

радити

làm việc

венчати се

cưới

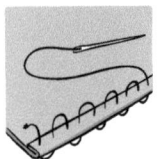

шити

khâu vá

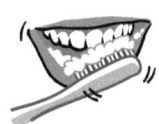

прати зубе

đánh răng

убити

giết

пушити

hút thuốc

послати

gửi đi

породица
gia đình

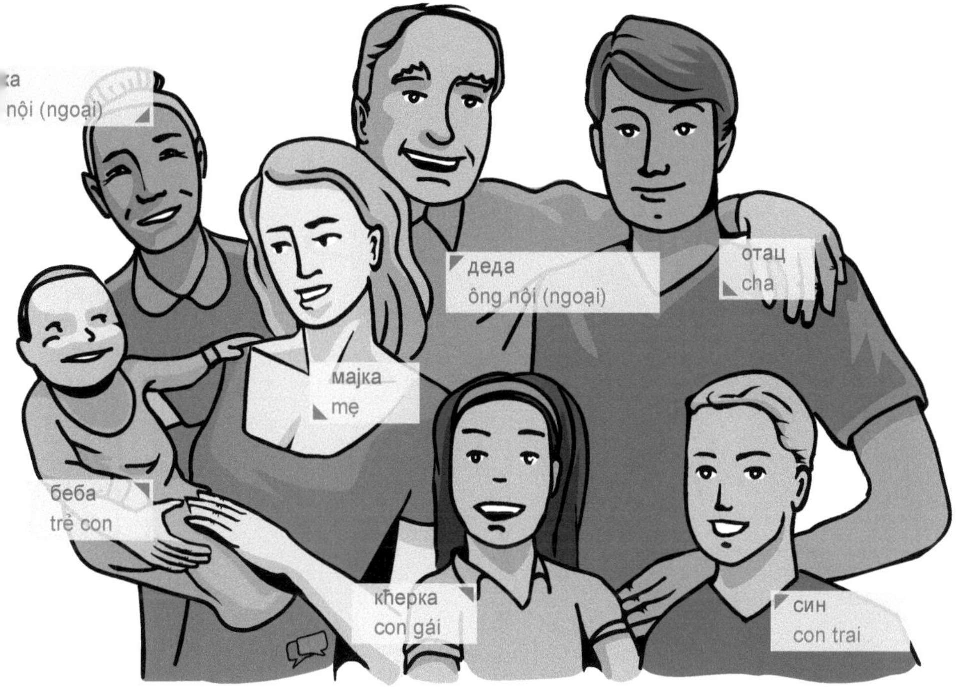

nội (ngoại)
деда
ông nội (ngoại)
отац
cha
мајка
mẹ
беба
trẻ con
ћерка
con gái
син
con trai

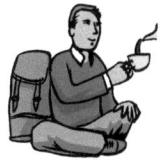

гост

khách

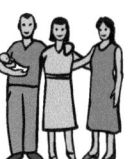

тетка

cô (dì)

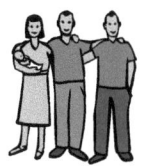

ујак, стриц

chú, bác (cậu)

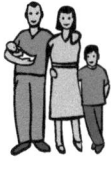

брат

anh (em) trai

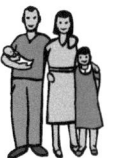

сестра

chị (em) gái

тело

cơ thể

чело
trán
око
mắt
раме
vai
прст
ngón tay
лице
mặt
брада
cằm
рука
bàn tay
нога
chân
груди
ngực
рука
cánh tay

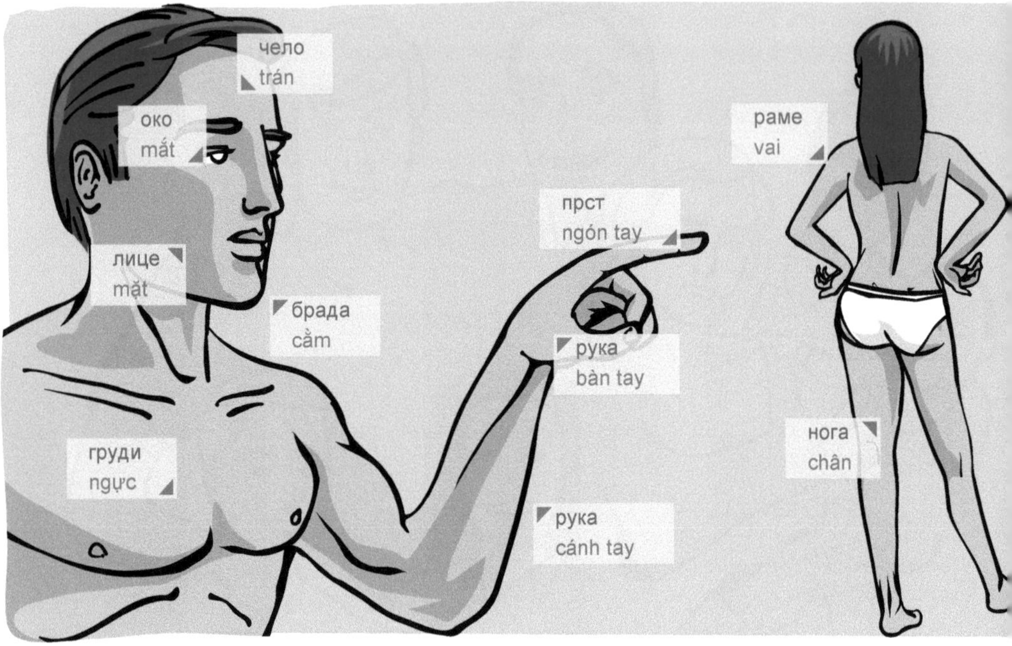

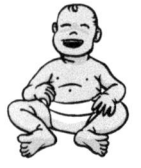

беба

trẻ con

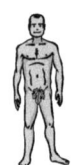

мушкарац

đàn ông

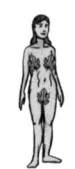

жена

phụ nữ

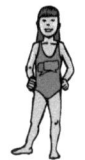

девојчица

bé gái

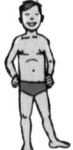

дечак

bé trai

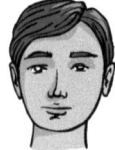

глава

đầu

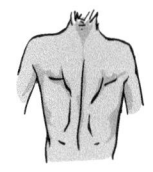

леђа

lưng

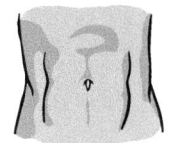

стомак

bụng

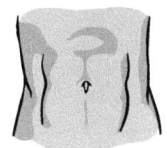

пупак

rốn

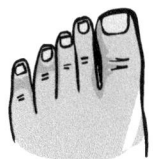

ножни прст

ngón chân

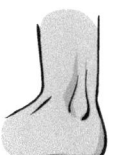

пета

gót chân

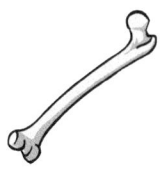

кост

xương

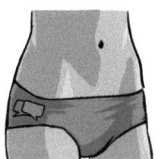

кукови

hông

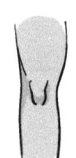

колено

đầu gối

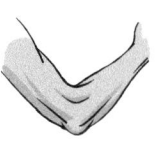

лакат

khuỷu tay

нос

mũi

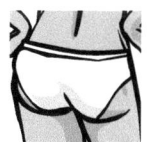

задњица

mông

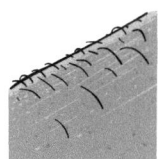

кожа

da

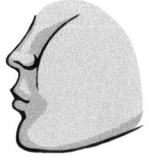

образ

má

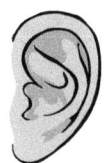

уво

tai

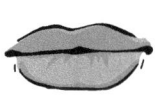

усна

môi

тело - cơ thể　　　69

уста

миệng

зуб

răng

језик

lưỡi

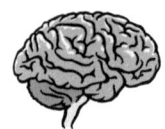

мозак

não

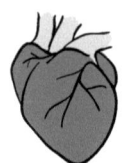

срце

tim

мишић

cơ bắp

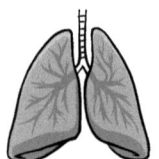

плућа

phổi

јетра

gan

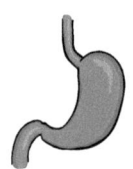

желудац

dạ dày

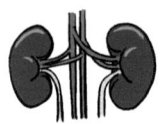

бубрези

thận

полни однос

giao hợp

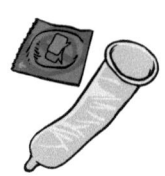

кондом

bao cao su

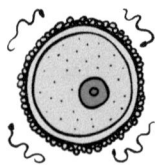

јајна ћелија

noãn

сперма

tinh dịch

трудноћа

mang thai

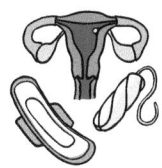

менструација
....
kinh nguyệt

вагина
....
âm vật

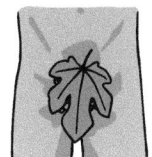

пенис
....
dương vật

обрва
....
lông mày

коса
....
tóc

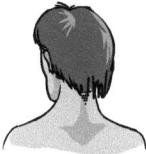

врат
....
cổ

тело - cơ thể

болница
bệnh viện

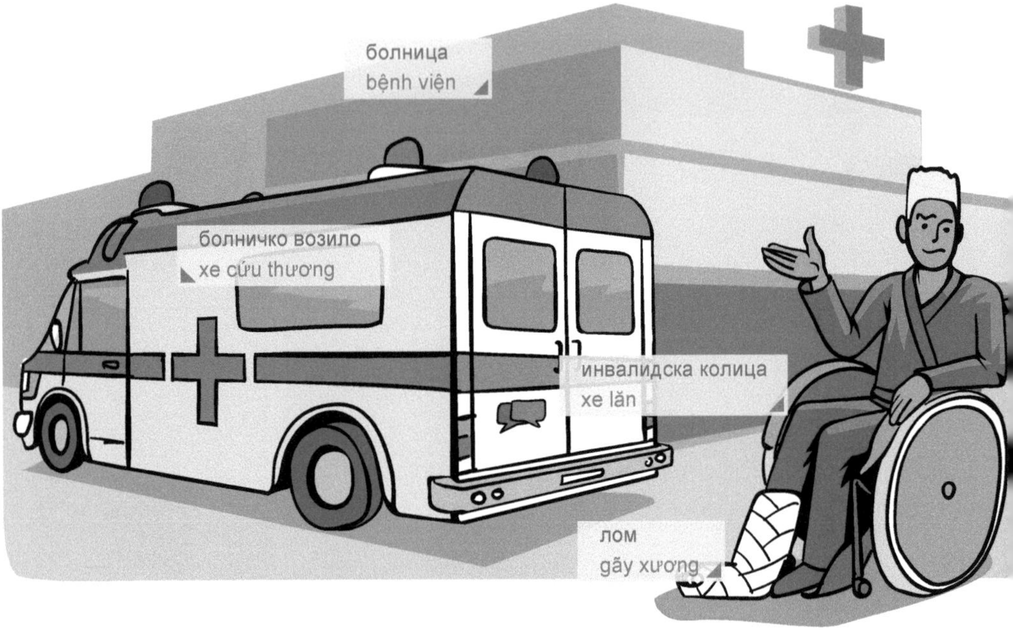

болница
bệnh viện
болничко возило
xe cứu thương
инвалидска колица
xe lăn
лом
gãy xương

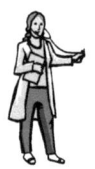

лекар

bác sĩ

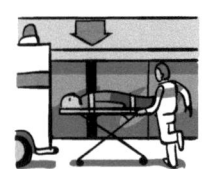

хитна медицинска служба

phòng cấp cứu

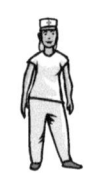

медицинска сестра

y tá

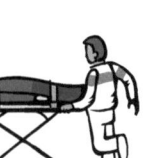

хитни случај

cấp cứu

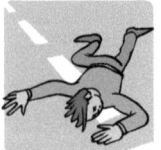

несвест

bất tỉnh

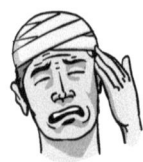

бол

cơn đau

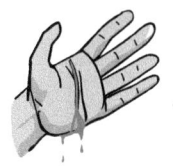

повреда
bị thương

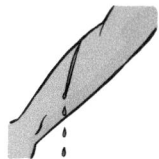

крварење
chảy máu

срчани удар
nhồi máu cơ tim

удар
đột quỵ

алергија
dị ứng

кашаљ
ho

грозница
sốt

грипа
cúm

пролив
tiêu chảy

главобоља
đau đầu

рак
ung thư

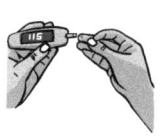

дијабетес
bệnh tiểu đường

хирург
bác sĩ phẫu thuật

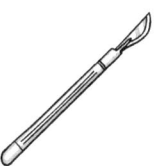

скалпел
dao mổ

операција
giải phẫu

цт

chụp cắt lớp

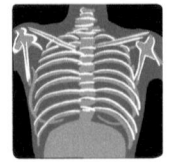

рентген

chụp x-quang

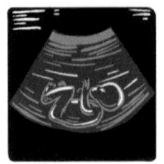

ултразвук

siêu âm

маска

mặt nạ

болест

bệnh

чекаона

phòng đợi

штака

cái nạng

фластер

băng dán vết thương

завој

băng bó

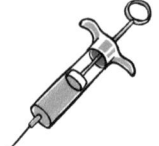

инјекција

tiêm thuốc

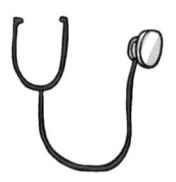

стетоскоп

ống nghe khám bệnh

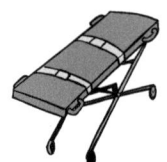

носила

băng ca

термометар

nhiệt kế

por̶ење

sinh đẻ

прекомерна тежина

thừa cân

слушни апарат

máy trợ thính

средство за дезинфекцију

chất khử trùng

инфекција

nhiễm trùng

вирус

vi rút

хив / аидс

HIV / AIDS

медицина

thuốc

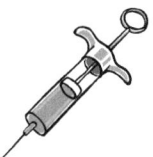

вакцинација

tiêm chủng

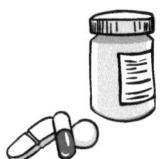

таблете

thuốc viên

пилула

viên thuốc

хитни позив

gọi cấp cứu

уређај за мерење притиска

máy đo huyết áp

болесно / здраво

bệnh / khỏe mạnh

помоћ!

cứu!

аларм

báo động

насртај

cuộc đột kích

напад

sự tấn công

опасност

mối nguy hiểm

излаз у случају нужде

lối thoát hiểm

пожар!

cháy!

противпожарни апарат

bình chữa cháy

незгоца

tai nạn

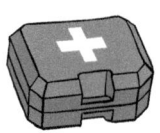

кутија прве помоћи

bộ dụng cụ sơ cứu

сос

SOS

полиција

cảnh sát

Европа
....
châu Âu

Северна Америка
....
Bắc Mỹ

Јужна Америка
....
Nam Mỹ

Африка
....
châu Phi

Азија
....
châu Á

Аустралија
....
châu Úc

Атлантик
....
Đại Tây Dương

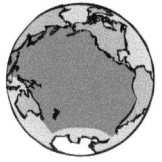

Пацифик
....
Thái Bình Dương

Индијски океан
....
Ấn Độ Dương

Антарктички океан
....
Nam Cực Dương

Арктички океан
....
Bắc Băng Dương

Северни рол
....
bắc cực

Јужни рол
nam cực

Антарктик
nam cực

земља
trái đất

земља
đất liền

море
biển

оток
đảo

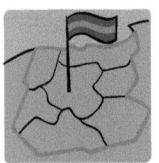

нација
quốc gia

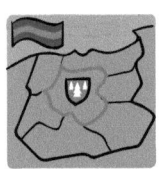

држава
nhà nước

брojчаник сата

mặt đồng hồ

сатна казаљка

kim chỉ giờ

минутна казаљка

kim chỉ phút

секундна казаљка

kim chỉ giây

Колико је сати?

Bây giờ là mấy giờ?

дан

ngày

време

thời gian

сада

bây giờ

дигитални сат

đồng hồ điện tử

минута

phút

час

giờ

седмица
tuần lễ

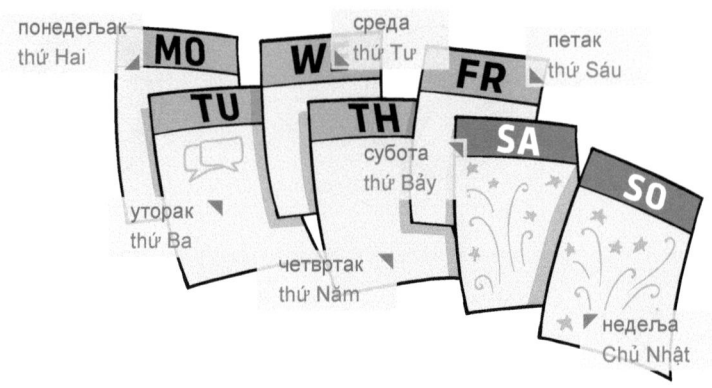

понедељак
thứ Hai

среда
thứ Tư

петак
thứ Sáu

уторак
thứ Ba

субота
thứ Bảy

четвртак
thứ Năm

недеља
Chủ Nhật

jуче

hôm qua

данас

hôm nay

сутра

ngày mai

jутро

buổi sáng

подне

buổi trưa

вече

buổi tối

радни дани

ngày làm việc

викенд

cuối tuần

киша
mưa

дуга
cầu vồng

снег
tuyết

ветар
gió

пролеће
mùa xuân

jeceн
mùa thu

лето
mùa hè

зима
mùa đông

4.APRIL	11°	☀
5.APRIL	4°	☁
6.APRIL	13°	☔
7.APRIL	8°	☀
8.APRIL	10°	☀

метеоролошка прогноза

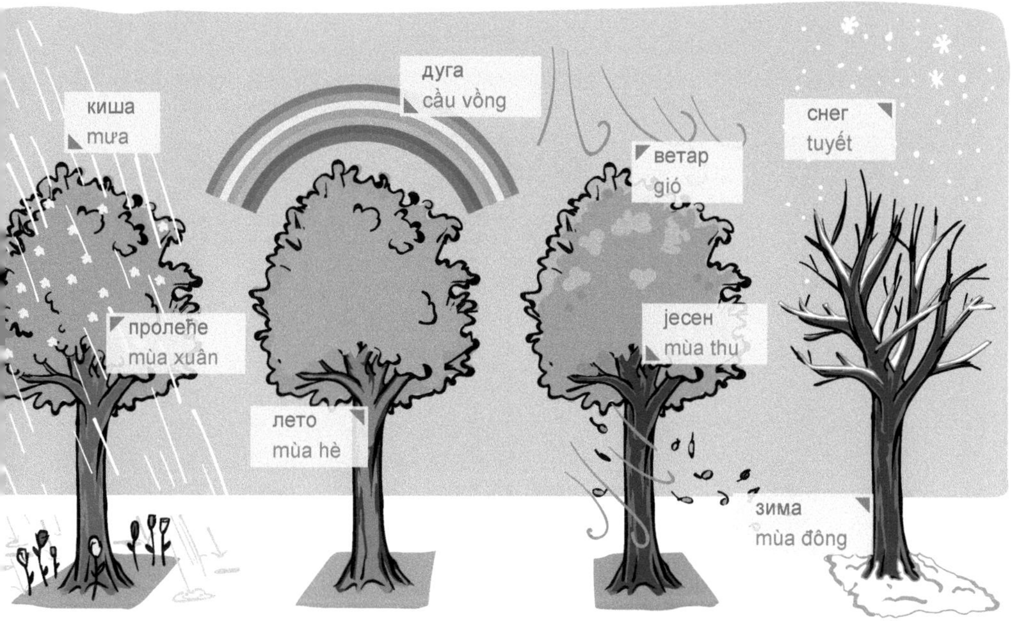

dự báo thời tiết

термометар

nhiệt kế

сунчана светлост

ánh nắng

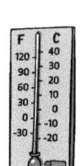

облак

mây

магла

sương mù

влажност ваздуха

độ ẩm không khí

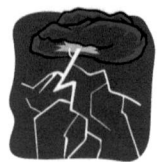

муња

tia chớp

грмљавина

sấm sét

олуја

cơn bão

туча

mưa đá

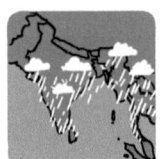

монсун

gió mùa

поплава

lũ lụt

лед

nước đá

јануар

tháng Một

фебруар

tháng Hai

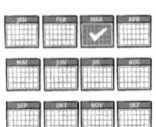

март

tháng Ba

април

tháng Tư

мај

tháng Năm

јуни

tháng Sáu

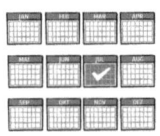

јули

tháng Bảy

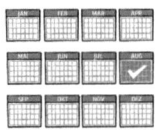

август

tháng Tám

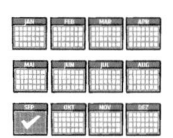

септембар
tháng Chín

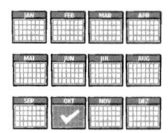

октобар
tháng Mười

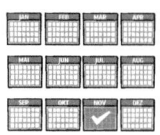

новембар
tháng Mười Một

децембар
tháng Mười Hai

облици
hình dạng

круг
hình tròn

квадрат
hình vuông

правоугао
hình chữ nhật

троугао
hình tam giác

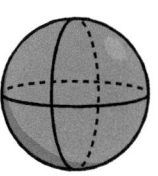

кугла
hình cầu

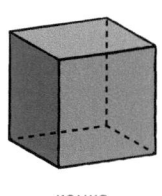

коцка
khối vuông

бела

màu trắng

жута

màu vàng

наранџаста

màu cam

ружичаста

màu hồng

црвена

màu đỏ

љубичаста

màu tím

плава

màu xanh dương

зелена

màu xanh lá cây

смеђа

màu nâu

сива

màu xám

црна

màu đen

много / мало

nhiều / ít

љутито / мирно

tức tối / điềm tĩnh

лепо / ружно

xinh đẹp / xấu xí

почетак / крај

bắt đầu / kết thúc

велико / малено

to / nhỏ

светло / тамно

sáng / tối

брат / сестра

h (em) trai / chị (em) gái

чисто / прљаво

sạch / bẩn

потпуно / непотпуно

đủ / thiếu

дан / ноћ

ngày / đêm

мртво / живо

chết / sống

широко / уско

rộng / chật hẹp

jестиво / неjестиво

ăn được / không ăn được

зло / добро

ác / tử tế

узбуђено / досадно

hào hứng / chán nản

дебело / мршаво

béo / gầy

на почетку / на краjу

đầu tiên / cuối cùng

приjатељ / неприjатељ

bạn / thù

пуно / празно

đầy / rỗng

тврдо / мекано

cứng / mềm

тешко / лагано

nặng / nhẹ

глад / жеђ

đói / khát

болесно / здраво

bệnh / khỏe mạnh

илегално / легално

bất hợp pháp / hợp pháp

паметно / глупо

thông minh / ngu

лево / десно

trái / phải

близу / далеко

gần / xa

ново / половно

mới / cũ

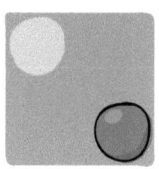

ништа / нешто

không có gì cả / có cái gì đó

старо / младо

già / trẻ

укључено / искључено

bật / tắt

отворено / затворено

mở / đóng

тихо / гласно

im lặng / ồn ào

богато / сиромашно

giàu / nghèo

тачно / погрешно

đúng / sai

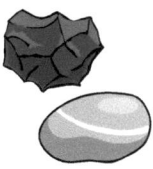

храпаво / глатко

sần sùi / mịn màng

тужно / сретно

buồn / vui

кратко / дуго

ngắn / dài

полако / брзо

chậm / nhanh

мокро / сухо

ẩm ướt / khô ráo

топло / хладно

ấm áp / mát mẻ

рат / мир

chiến tranh / hòa bình

супротности - đối lập   87

0	1	2
нула	један	два
số không	một	hai

3	4	5
три	четири	пет
ba	bốn	năm

6	7	8
шест	седам	осам
sáu	bảy	tám

9	10	11
девет	десет	једанаест
chín	mười	mười một

12

дванаест

мười hai

13

тринаест

мười ba

14

четрнаест

мười bốn

15

петнаест

мười lăm

16

шестнаест

мười sáu

17

седамнаест

мười bảy

18

осамнаест

mười tám

19

деветнаест

mười chín

20

двадесет

hai mươi

100

стотину

một trăm

1.000

хиљаду

một ngàn

1.000.000

милион

một triệu

енглески

tiếng Anh

амерички енглески

tiếng Anh Mỹ

мандарински кинески

tiếng Quan Thoại

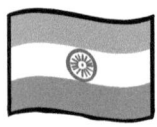

хиндски

tiếng Hin-di

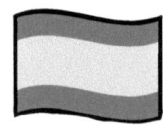

шпански

tiếng Tây Ban Nha

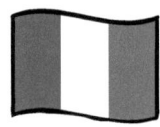

француски

tiếng Pháp

арапски

tiếng Ả-rập

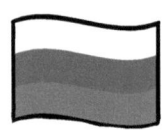

руски

tiếng Nga

португалски

tiếng Bồ Đào Nha

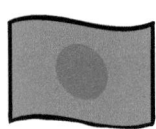

бенгалски

tiếng Bengal

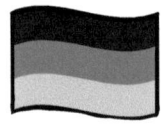

немачки

tiếng Đức

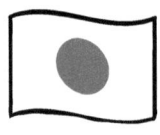

јапански

tiếng Nhật

ja

tôi

ти

bạn

он / она / оно

anh ta / cô ta / nó

ми

chúng tôi

ви

các bạn

они

họ

Ко?

ai?

Шта?

cái gì?

Како?

như thế nào?

Где?

ở đâu?

Када?

lúc nào?

име

tên

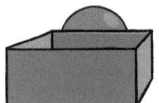

иза

phía sau

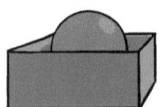

у

ở trong

испред

phía trước

преко

phía trên

на

ở trên

испод

ở dưới

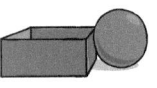

поред

bên cạnh

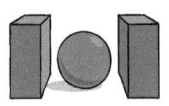

између

ở giữa

место

chỗ